நகுமோ... லேய் பயலே

கட்டுரைகள்

நகுமோ... லேய் பயலே

கட்டுரைகள்

செல்வேந்திரன்

நகுமோ... லேய் பயலே
Nagumo... Ley Payale © Selventhiran

First Edition by Ezutthu Prachuram: August 2020
(An imprint of Zero Degree Publishing)
ISBN: 978 93 88860 89 5
Title No. EP: 135

Zero Degree Publishing
No. 55(7), R Block, 6th Avenue,
Anna Nagar,
Chennai - 600 040

Website : www.zerodegreepublishing.com
E Mail : zerodegreepublishing@gmail.com
Phone : 98400 65000

Cover Art : Santhosh Narayanan
Layout: Creative Studio

பா. ராகவன் அவர்களுக்குப் பணிவன்புடன்

உள்ளே

முன்னுரை

புதுசாக மாற்றலாகி வந்தவன் "இந்த ஊரு எப்படி" என்று விசாரித்தான். "உன் வாய் ஒழுங்கா இருந்தா எல்லா ஊரும் நல்ல ஊருதான்" என்று பதில் வந்ததாம். விபரம் தெரிந்த நாள் முதல் இந்தக் கதையை அப்பா என்னிடம் அடிக்கடி சொல்வார். 'உன் வாயி இருக்கே வாயி...' என்பதை ஒரு தடவையாவது என்னிடம் அங்கலாய்க்காத உற்றார் உறவினர் சுற்றத்தார் இல்லை. எந்த நெருக்கடியிலும் எவ்வளவு அடக்கினாலும் பால் பொங்கிவிடும். எழுத்திலும் அப்படித்தான். படு சீரியஸாக எழுதிக்கொண்டிருப்பேன். திடுதிப்பென்று ஒரு கதாபாத்திரம் கோளாறாகிவிடும். துக்கம் நீங்கள் பார்க்கவே விரும்பாத பக்கம் என்பார் பார்கவி. உண்மைதான். ஆனால், தனி வாழ்வில் நான் மிகப்பெரிய ரௌடி. என்னைக் கட்டிவைத்து உதைக்காதவரென ஒருவர்கூட என் சொந்த ஊரில் இல்லை.

பல்லாண்டுகளுக்குப் பிறகு நான் தொடர்ச்சியாக எழுதிவரும் நாட்கள் இவை. "கொரோனாவால் திட்டுமுட்டு ஆகியிருக்கிறோம். உன் லைட்டர் கட்டுரைகளைப் புத்தகமாகப் போடேன்" என திவ்யா துரைசாமி மீண்டும் மீண்டும் கேட்டுக்கொண்டார். சரி நீங்கள் நம்பவில்லை. போட்டு.

இந்நூல் அதிகமும் இலக்கியப் பாவனைகளைக் கிண்டல் செய்கிறது. அவ்வப்போது எனக்கு நேரிட்ட அனுபவங்களைச் சொல்கிறது. கிராமமும் அல்லாத நகரமும் அல்லாத சிற்றூரின் குணச்சித்தர்கள் சிலர் அவ்வப்போது மின்னி மறைகிறார்கள். என் பிரியத்திற்குரிய எழுத்தாளர் பி. மாசானமுத்து கும்பமுனிக்கும் பேயோனுக்கும் சீனியர். அவரது எழுத்துக்களும் இந்நூலை அலங்கரிக்கின்றன.

எவ்வளவு யோசித்தாலும் இந்நூலுக்கு ஏன் 'நகுமோ... லேய் பயலே' என தலைப்பு வைத்திருக்கிறேன் என்பதை என்னால் கண்டுபிடிக்க முடியவில்லை.

கட்டுரைகளைத் தேர்ந்தெடுத்து எடிட் செய்யுங்கால் என்னிரு கால்களையும் திசைக்கொன்றாய்ப் பிடித்திழுத்து இலக்கியப் பணிக்கு இன்பம் சேர்த்த இளவெயினிக்கும் இளம்பிறைக்கும் என் முத்தங்கள். "நீ என்னமும் எழுதித் தொலை... ஆனா மவனே என்னைப் பத்தி எதுனா எழுதுன... உனக்கு ரசம் வைச்சுடுவேன்" என மிரட்டிய திருக்குறளரசிக்கு என் அன்பு.

இத்தொகுப்பின் பல கட்டுரைகள் இந்து தமிழ் திசை நாளிதழில் வெளியானவை. சில கட்டுரைகள் விகடன், குமுதம், சூரியக்கதிர் உள்ளிட்ட வார இதழ்களில். அவர்களுக்கு என் நன்றி. இந்த நூலினை மெய்ப்பு நோக்கிய கிண்டில் இவாஞ்சலீஸ்ட் நண்பர் ஸ்ரீநிவாச கோபாலனுக்கும், அழகிய அட்டைப்படம் வரைந்த சந்தோஷ் நாராயணனுக்கும் என் பிரியங்களும் நன்றியும்.

எழுதியே வாழ்ந்து காட்டியவரும், எழுத்தார்வம் கொண்டவர்களை உற்சாகமூட்டுவதைத் தொடர்ச்சியாக செய்துவருபவருமான எழுத்தாளர் பா. ராகவனுக்கு இந்தப் புத்தகத்தைச் சமர்ப்பிக்கிறேன்.

செல்வேந்திரன்
k.selventhiran@gmail.com

நாகர்கோவில் எக்ஸ்பிரஸ்

கம்பார்ட்மெண்ட் முழுக்க நிலக்கடலை தொலி கிடக்கும். கூடவே, பனங்கிழங்கு பீலியும், தும்புகளும். இதுவே பண்டிகைகளைப் பொருத்து கரும்புச் சக்கைகள், சம்பா அவல் சிதறல் எனக் கிடக்கலாம். டி.டி.ஆர்., வள்ளென்றுதான் விழுவார். அவரைச் சொல்லிக் குற்றமில்லை. நாகர்கோவிலிலோ வள்ளியூரிலோ ஏறின அண்ணாச்சி "கண்டக்டர் தம்பி... திர்னெலி எப்பொ வரும்" என கடுப்பை கிளப்பியிருப்பார்.

சீட்டு நம்பர், பெர்த் நம்பர் என இரண்டு எண்கள் எல்லா டிரெய்னிலும் இருக்கும். இரண்டில் ஏதாவது ஒன்று மேட்ச் ஆனால் போதும் என்பது இதில் பயணிப்பவர்களின் பொது அபிப்ராயம். இதுதான் என் பெர்த் என வாதிடும் எவரும் வென்றதில்லை. "ரெண்டு நம்பர் போட்டு வெச்சவன்ட போயி கேளுலெ... எங்கிட்ட ஏன் எழவு எடுக்க..." (நான் சிலமுறை 'பிரதிவாதி' சீட்டில் இருக்கும் எண்ணிற்கான பர்த்தில் போயாவது சென்று படுத்துவிடலாமென முயற்சித்தால், அங்கனக்குள்ளயும் ஒரு அண்ணாச்சி சாமியாடிக்கொண்டிருப்பார்)

சாப்பாட்டுப் பொட்டலத்தை அவிழ்த்துவிட்டு அநியாய விலை கொடுத்து வாங்கின அக்குவாபீனாவை ஓபன் பண்ணிய அடுத்த நிமிடமே "தண்ணீ கொஞ்சம் கிடைக்குமா தம்பீ..." என சர்வ நிச்சயமாக ஒருவர் கேட்பார். வாங்கி மடக்மடக்கென குடித்துவிட்டு மிச்ச தண்ணீரில் கை கழுவி வாயும் கொப்பளித்துவிட்டு கடமையுணர்ச்சியோடு காலி பாட்டிலைத் திரும்பத் தருவார் "எந்த ஊர் தண்ணீடே.... எழவு சப்புன்னுல்லா இருக்கு" எனும் ஒருவரி விமர்சனம் பதிலீடாகக் கிடைக்கலாம்.

"விஎஸ்கே செட்டுல டின்னு வருதுடே. கச்சாத்துல எத்தனைன்னு பாத்து எண்ணி எறக்கி வைய்யி. லோடு மேன் நான் இல்லண்ணா டின்னுக்கு ஆறு ரூவா கேப்பான் தாயோளீ... அவனுக்கு 5 ரூவாய்க்கி மேல சல்லிப்பைசா கொடுக்காத... கடய எடுத்து வெக்கயில வெங்காய மூட்டய மறந்து தொலச்சிடாதல. தக்காளி கெடந்து நாறுது. சவம் மீனாட்சி ஓட்டல்காரன் கேட்டான்னா ரெண்டு, மூணு கொறச்சி தள்ளிடு. லேய்... அண்ணாச்சி ஊர்ல இல்லன்னு சாயங்காலமே கடய சாத்திராதீங்கலே... சாவிய பத்திரமா அக்காட்ட கொடுத்துட்டு வீட்டுக்குப் போங்க... கம்பெனிக்காரன் எவன் வந்தாலும் அண்ணாச்சி ஊர்ல இல்ல.. பெறவு வான்னு சொல்லு... ரெகுலர் ஆளுககிட்ட பதனமா பேசுங்கலே. எவன் கேட்டாலும் ஓசி சிரெட்டு கொடுக்காதீய..." என ஒவ்வொரு பெட்டிக்கும் உச்சஸ்தாயில் ஏதாவது ஒரு அண்ணாச்சி இருந்த இடத்திலிருந்தபடியே தன் அப்பரஸெண்டுகளிடம் மன்றாடிக்கொண்டிருப்பார். ஆனால், செல்போன் என்பது ஒலிபெருக்கி அல்ல. அதில் மெதுவாகப் பேசினாலே, எதிர்முனைக்கு கேட்கும் என்பதை ஏன் இதுவரை யாரும் அவருக்குச் சொல்லிக்கொடுக்க முயலவில்லை.

கழிப்பறைக்கு வெளியே இருந்து திறப்பதற்கான ஒரு கொண்டி தவிர, உள்ளேயிருப்பவர்கள் பூட்டிக்கொள்ள ஒரு கொண்டி இருப்பது முட்டாள்தனமன்றி வேறென்ன?! முன் யோசனை இன்றி கதவைத் திறந்துவிட்டால், இடுப்பு வரை ஏற்றிவிட்ட வேட்டியும், தோளில் கோடு போட்ட அன்-டிராயர் சகிதமாக அண்ணாச்சி 'குத்தவெச்சாசனம்' செய்துகொண்டிருப்பார். வெளியே வந்ததும் "கொள்ளக்கி இருக்குதவன எட்டிப்பாக்கியே அறிவு இருக்காலே... செத்த மூதி..." என்பார்.

புத்தகத்தை எடுத்து அட்டையைப் புரட்டியிருக்கமாட்டோம். சட்டென்று பாய்ந்து விளக்கையணைத்துவிட்டு பிறகு உத்தமரைப் போல, "தம்பீ... வாசிக்கியளோ" என பதமாக கேட்பார்கள். இவர்களாவது பரவாயில்லை. ஒருமுறை ஒரு பெரியவர் "வெள்ளனே எதும் பரீச்சயா" என்றார். நான் இல்லையென தலையாட்டி "கதை புஸ்தகம்" என்றேன். "அப்புறம் என்ன எழவுக்குடே லைட்ட போட்டு எரிக்குதே... கரண்டு பில்லு எவம்லே கட்டுகது"

லேசாகப் பேச்சுக் கொடுப்பவர்கள் பெருசாக ஆப்படிப்பார்கள். தம்பி எந்த ஊருக்குப் போறீய என துவங்குவார்கள். "கோயம்புத்தூரா... எம்மவன் வேல்முருகன் அங்கனதான கட வச்சிருக்கான். நெல்லை ஸ்டோர்ஸூன்னு. தெரியுமா அவன?!"

ஆகச் சிக்கலான கேள்வி. கோவையில் தடுக்கி விழுந்தால், ஒரு நெல்லை ஸ்டோர்ஸ்தான். “எந்த ஏரியாவுல” என மையமாகக் கேட்டு வைப்பேன். “மேட்டுப்பாளையம் ரோட்டுல” என பதில் வரும். “மேட்டுப்பாளையம் வரைக்கும் மேட்டுப்பாளையம் ரோடுதான்... எந்த ஏரியான்னு சொல்லுங்க” எனச் சொன்னால் ஆச்சு. “ஏய்... எத்தன வருசமாட்டு எனக்க மவன் அங்க இருக்கான்... மேட்டுப்பாளையம் ரோடு நெல்லை ஸ்டோருன்னு கேட்டா தொட்டில்ல கெடக்க புள்ளகூட சொல்லுமே... மெயினான எடத்துல இருக்க அவங்கடய தெரியல்லங்க... நீயெல்லாம் என்னத்தப் பொழச்சி...” கோவை வரும் வரை நம்மை எரிச்சலாகவே பார்த்துக்கொண்டிருப்பார்கள்.

ஓபன் டிக்கெட் வாங்கிக்கொண்டு ரிசர்வில் ஏறி படுத்துக் கொள்ளுபவர்கள் டிடிஆரையும் பயணிகளையும் படுத்தும் பாடு சொல்லில் ஒளிரும் சுடர். ஒருமுறை முழங்கை வரைக்குமான தொள, தொள சட்டையும் கதர் வேட்டியும் அணிந்த பெரியவர் ஒருவர் ஓபன் டிக்கெட்டோடு அப்பர் பர்த்தில் படுத்துக்கொண்டார். தன்னுடைய ரிசர்வ்டு டிக்கெட்டைக் காட்டி அவரோடு மன்றாடிக்கொண்டிருந்தார் ஒருவர். “வெள்ளக்காரங்கிட்ட சண்டயப் போட்டு வண்டிய வாங்கி வுட்டவம்ல நாங்கள்லாம்... செம்பகராமம் பிள்ளன்னு ஆராம்ழில வந்து கேட்டுப்பாருல... உன்னய மாதி காசு கொடுத்துதாம்ல நானும் ஏறியிருக்கன். இவ்வளவு சீட்டு சும்மா கெடக்குதுல்லா... அங்கன போயி கட்டய சாயில... இங்கன வந்து கேறுகே... தூரமைவுல்லா...”

அப்பர் பெர்த் என்றால் காற்றாடியைப் போட்டதும் சாணி மணம் கமழும். காரணம் வேறொன்றும் இல்லை. தங்களது பாதரட்சைகளின் பாதுகாப்பு கருதி அவற்றை ஃபேனின் மேல் கச்சிதமாகச் சொருகி வைத்திருப்பார்கள்.

ஆனபோதும், ஆனபோதும்... கோவையிலிருந்து கிளம்பும்போதும் சரி, திருநெல்வேலியிலிருந்து திரும்பும்போதும் சரி ஏல, லேய், ஏய் மக்கா, மக்களே, தம்பீ, அண்ணாச்சி என ஏதோவொரு பதத்தில் விளித்து... ஏழெட்டு கேள்விகளில் நமக்கும் அவருக்குமான பொது மனிதர் ஒருவரைக் கண்டுபிடித்து “அவாள் நல்லாருக்காளா... தங்கமான மனியனாச்சே” என விசாரித்து ஊர்க் கதை, குடும்பக் கதைகளைக் கேட்டறிந்து... பனங்கிழங்கையோ, முந்திரிக் கொத்தையோ தின்னக் கொடுத்து, தாண்டவங்காடு வந்தீங்கன்னா தவசி நாடார் வீடு எதுன்னு கேட்டு வாங்க... தசரா ஜேஜேன்னு இருக்கும் என அழைக்கவும் தவறாமல், இறங்கும்போது தோளைத்

தட்டி "தம்பீ... அப்பா, அம்மாக்கள வயசான காலத்துல வச்சி காப்பாத்துங்கடே... அவாள் மனசு குளிர்ந்தாதான் வாழ்க்கைல முன்னுக்கு வரமுடியும்" என புத்திமதி சொல்லி விடைபெறும் மனிதர்கள் இந்த ரயிலெங்கும் நிறைந்திருக்கிறார்கள். அவர்கள் ஏதோ ஒரு சாயலில், சிறு அசைவில், எச்சில் தெறிக்க சிரிக்கும் சிரிப்பில் பெரியப்பாவை, சின்னத் தாத்தாவை, கடையநல்லூர் மாமாவை, அப்பாவை, பெரிய அத்தானை, எட்டாம் வகுப்பெடுத்த பால்துரை சாரை, பருவம் பார்க்கும் ஏசுவடியானை நினைவுபடுத்துபவர்களாக இருந்துவிடுவது என்றும் பிடிபடாத ஆச்சர்யம். வண்ணதாசனின் சில கதாபாத்திரங்கள் முன் அனுமதியின்றி முந்தைய வரிக்குள் நுழைந்துவிட்டார்கள்.

(இந்து தமிழ் திசை நாளிதழில் வெளியானது)

விஜயின் கதை

விஜயையும் ஆவேசத்தையும் பிரிக்க முடியாதுதான். ஆனாலும் ஒரு இரண்டரை வயது புலிக்குட்டிக்கு இத்தனை ஆவேசமா? நினைக்கையில் ராஜேந்திரனுக்கு ஆயாசமாக இருந்தது. பத்து நாட்களில் எத்தனை களேபரங்கள். மனித மாமிசம் சுவைக்கப் பழகிவிட்ட புலியை விட்டு வைத்திருப்பது மானுட விரோதமென அப்போதே சிலர் சமூக ஊடகங்களில் திருவாய் மலர்ந்திருந்தார்கள். இப்போது பிரச்சனை இன்னும் முற்றிப்போய்விட்டது.

சம்பவத்திற்குப் பின் விஜயை நெருங்க முடியவில்லை. வழக்கமாக உணவு கொடுக்கச் செல்லும் குட்டையய்யன், கூண்டை சுத்தம் செய்பவர், பற்களையும் நகங்களையும் அவ்வப்போது பரிசோதிக்கிற மருத்துவ உதவியாளர், உடல் எடை அதிகரித்துவிடாமலும், செரிமானப் பிரச்சனைகள் உருவாகிவிடாமலும் இருக்க உடற்பயிற்சி அளிக்கிற நிபுணர் என எவரையும் நெருங்க விடுவதில்லை. இவ்வளவு ஏன் அவனைப் பெற்றெடுத்த பெண்புலி பெரியநாயகியாலேகூட விஜயை சமாதானப்படுத்த முடியவில்லை. பாசத்தோடு அருகில் சென்று நாவால் நக்கிய பெரியநாயகியின் முகரையில் படாரென்று ஒரு போடு. வலது கண்ணில் நகம் கீறி ஒரு வாரமாக கண்ணீர் வடித்துக்கொண்டிருக்கிறது. சரி, ஒருவேளை துணை தேவைப்படுகிறதோ என கல்கத்தாவில் இருந்து சில பெண்புலிகளை வரவழைத்து கூண்டிற்குள் விட்டார்கள். இரவுக்குள் ரத்தக்களரி ஆகிவிட்டது. கிழிந்த தாடைகளைத் தைப்பதற்கு நரம்புகள் மிச்சமில்லாத அளவிற்கு ருத்ர தாண்டவம்.

ராஜேந்திரன் தேசம் அறிந்த அனிமல் பிகேவியரிஸ்ட். பல காடுகளில் இந்திய அரசுக்காக உழைத்துவிட்டு ஓய்வு பெற

சில வருடங்கள் இருந்தபோது இந்த மிருகக்காட்சி சாலையின் இயக்குனராகப் பொறுப்பேற்றுக்கொண்டார். அவரது நெடிய அனுபவத்தில் இத்தனை முரண்டு பிடிக்கிற ஒரு கானுயிரைக் கண்டதேயில்லை. சர்வதேச அளவில் புகழ்மிக்க உயிரியலாளர்கள் பலர் வந்து முயற்சித்துப்பார்த்துவிட்டு உதட்டைப் பிதுக்கினர். அதற்குள் விஷயம் வெளியே கசிந்துவிட்டது. எவனோ ஒரு ரிப்போர்ட்டர் மிருககாட்சி சாலை பராமரிப்பாளன் ஒருவனின் மண்டையைத் தடவி விஷயத்தை வாங்கிவிட்டான். இன்னும் எத்தனை உயிர்களைக் காவு வாங்கப்போகிறது கொலைகாரப் புலி? என கொட்டையெழுத்தில் கேனத்தனமான கவர் ஸ்டோரி. ஒரு புலியின் வாயில் ரத்தம் வழிந்து ஓடுகிறது. சுற்றிலும் மானுட உடல்கள். லேஅவுட் ஆர்ட்டிஸ்ட் கத்துக்கிட்ட மொத்த வித்தையையும் இறக்கியிருந்தார். பத்திரிகைச் செய்தியை அப்படியே லவட்டி சேனல்கள் ஸ்க்ரோலிங் ஓட்டிக்கொண்டிருக்கின்றன. புதிய தலைமுறையில் சாயங்காலம் மனுஷ்யபுத்திரன் நேரலையில் இதுகுறித்துப் பேச இருக்கிறாராம். நினைத்தாலே வயிறு கலங்குகிறது.

காலையிலேயே மனிதவளத்துறை அமைச்சகத்திலிருந்து அழைத்து விளக்கம் கேட்டார்கள். பேசிய உயரதிகாரி அமைச்சர் கடும் கோபத்தில் இருக்கிறார். மனித உயிர்களுடன் விளையாட வேண்டாமென எச்சரிக்கச் சொன்னார் என்றார். இந்த அமைச்சருக்கும் சுற்றுச்சூழல் அமைச்சருக்கும் உட்கட்சிப்பூசல். அந்த வாய்க்கால் தகராறினை வெள்ளைப்புலி விவகாரத்தில் பைசல் செய்யப் பார்க்கிறார். ஏற்கனவே சூழல் அமைச்சர், “இந்த உலகம் மனிதர்களுக்கானது மட்டுமல்ல. கானுயிரின் உயிரைப் பறிக்கும் உரிமை எவனுக்கும் இல்லை. சொல்லப்போனால் புலி நிச்சயம் மானுடனை விட மகத்தானது. கூண்டிற்குள் விழுந்தவனைத்தான் அது தின்றது. கூடு விட்டு கூடு பாய்ந்தல்ல...” என மனிதவள அமைச்சர் அடிக்கடி பதவிக்காகக் கட்சி மாறுவதை சூசகமாக வைத்து ஒரு பொது விழாவில் பேசிவிட்டார்.

வழக்கம்போல மிருகக்காட்சி சாலை மருத்துவர்கள் மீட்டிங் போட்டு பேசினார்கள். முந்திரி பக்கோடாக்கள் பல தட்டுகள் காலியாகியும் உருப்படியான யோசனை பெயரவில்லை. தூங்கிக்கொண்டிருந்த ஒரு சீனியர் திடீரென விழித்து, “நாம் ஏன் பாங்காங் புலிக்கோவிலில் இருந்து யாரையாவது வரவழைக்கக் கூடாது? புலிகளைப் பூனைகளாக்கும் வித்தை தெரிந்தவர்கள் அவர்கள்” எனச் சொல்லிவிட்டு இருப்பதிலேயே பெரிய

பக்கோடாத் துண்டைப் பெருமிதத்துடன் எடுத்து வாயில் போட்டுக்கொண்டார்.

ஏர்போர்ட். சில்க் விமானத்தில் வந்திறங்கிய பிட்சு சங்லீங் பார்ப்பதற்கு முழுதாக வேக வைத்து உரித்த உருளைக்கிழங்கு போல இருந்தார். கிராமத்து கிழவிகள் ஜாக்கெட் போடாமல் புடவையைச் சுற்றியிருப்பது போல காவி உடுத்தியிருந்தார். ராஜேந்திரன் இதற்கு முன்பு பார்த்த பிட்சுகளெல்லாம் பிசைந்த பரோட்டா மாவு நிறத்தில் இருப்பார்கள். இவர் மாநிறமாக இருந்தார். இலங்கைக்காரராகக்கூட இருக்கலாம். உதடுகளைப் பிரித்து பல மாதங்களாகியிருக்குமோ எனத் தோன்றியது. மிதமிஞ்சின மௌனம். எதையும் பார்வையாலே கேட்டார். அவரது முகபாவத்தைப் புரிந்துகொண்டுதான் சிசுருஷைகள் செய்யவேண்டியிருந்தது. கருவிழிகள் எப்போதும் மேல் நோக்கியே இருந்தன. இன்னதென்று பிரித்தறிய முடியாத மென்மணம் அவரிடமிருந்து வீசிக்கொண்டிருந்தது.

முதல் இரண்டு நாட்கள் பிட்சு அறையை விட்டு வெளியே வரவே இல்லை. அறை வாசலில் புளித்த மணம் மட்டும் உலவிக்கொண்டிருந்தது. மூன்றாவது நாள் படாரென கதவைத் திறந்து தலையை ஒரு உதறு உதறினார். கண்கள் சிவந்திருந்தன. புலி எங்கே என்பதைத்தான் அப்படிக் கேட்கிறார் என்பதை உணர்ந்து விஜய் இருக்கும் கூண்டருகே அழைத்துப் போனான் குட்டையன். சில நிமிடங்கள் விஜயை உற்றுப்பார்த்துக்கொண்டிருந்தார். விஜயும் சங்லீங்கை உற்றுப்பார்த்தது. பிறகு உடம்பை ஒரு முறை உதறிச் சிலிர்த்தது. சர்ரென்று சிறுநீரைப் பீய்ச்சிவிட்டு கூண்டுக்குள் இருந்த குகை போன்ற அமைப்புக்குள் சென்று படுத்துவிட்டது. சங்லீங் முழந்தாளிட்டு அமர்ந்து இரண்டடி நீளமுள்ள சில ஊதுபத்திகளைப் பற்றவைத்தார். கண்களை மூடி தியானித்தார். ஒரு மெழுகுவர்த்தியை ஏற்றி இரண்டு நடுவிரல்களுக்கு மத்தியில் வைத்து வான்நோக்கி வணங்கினார். மீண்டும் கண்களை மூடி தியானத்தில் ஆழ்ந்தார். ராஜேந்திரனுக்குக் கடுப்பாக இருந்தது. இத்தனை வருடங்கள் படித்து காட்டில் அல்லாடி தான் கற்றுக்கொண்ட விஷயங்கள் தன்னைக் கைவிட்டதை நினைத்து ஆற்றாமை பொங்கியது. எங்கிருந்தோ வந்த ஒரு சன்னியாசி இங்கே வித்தை காட்டிக்கொண்டிருக்கிறார். பிட்சுவின் உடல் குலுங்கியதைப் பார்த்ததும் ராஜேந்திரனின் சிந்தனை தடைபட்டது. கண்களை மெள்ளப் பிரித்த பிட்சு கிணத்துக்கடவு எங்கே இருக்கிறது? நான் தனியாக அங்கே செல்ல உடனே ஏற்பாடு செய்யுங்களென அழகான தமிழில் சொன்னார்.

ராஜேந்திரனுக்கு வியப்பு தாளவில்லை. ஸ்வாமீ தங்களுக்குத் தமிழ் தெரியுமா?

காற்றிலசையும் சருகுகளின் மொழியைக்கூட கவனிப்பவனே ஞானியாகிறான். பதிலுக்குக் காத்திராமல் காரில் ஏறி கிளம்பி விட்டார் சங்லீங். கிண்டிலில் ஸென் தத்துவங்களை வாசிக்க வேண்டுமென நினைத்துக்கொண்டார் ராஜேந்திரன். கார் சென்று மறையும் வரை காத்திருந்த கூண்டு பராமரிப்பாளன் குட்டைய்யன் "சார் ஒண்ணு கவனீச்சிங்களா சார்... என்னிக்கும் இல்லாம இன்னிக்கு நம்ம விஜய் ஒரு காலை லேசா தூக்கி ஒண்ணுக்கு அடிச்சாப்பல..."

சங்லீங் சென்று நான்கைந்து நாட்களாகியும் அணக்கம் ஏதும் இல்லை. அவரது அறையை கூட்டிப் பெருக்கச் சென்ற குட்டைய்யன் உள்ளே கோடு போட்ட அன்டிராயர்கள் கிடப்பதாகச் சொன்னபோதுதான் ஏதோ வில்லங்கமென கிணத்துக்கடவிற்கு ஆளனுப்பினார் ராஜேந்திரன். டாஸ்மாக் பார் ஒன்றில் அலங்கோலமாகக் கிடந்த சங்லீங்கை அள்ளி வந்தார்கள். விட்ட அறையில் மப்பு தெளிந்த பிட்சு தன் கொசுவர்த்தியைக் கொளுத்தினான்.

"எம் பேரு சங்கரலிங்கமுங்க. கிணத்துக்கடவுதானுங்க ஊரு. தாய்லாந்துல வேலைன்னு காட்டை வித்துப்போட்டு போனேனுங்க. கூட்டிட்டுப் போனவன் ஒரு எளநீ கடையில சேத்துவிட்டுட்டு ஓடிட்டானுங். ஒருநா ஒருத்தரு வந்து புங்கட்டுல ஒரு ஸூவுல வேலை இருக்கு. புலிக்கு கறி போடறது. ஆனா, மொட்டையடிச்சு காவி கட்டிக்கணும்னாரு. மூணு வேள சோறு. நல்ல சம்பளம். சரின்னு போயிட்டேனுங்க. கொஞ்ச நாள்ல புலிக்கு எப்படி டோப்பு கொடுக்கிறதுன்னு தெரிஞ்சுக்கிட்டேனுங்க. புலிக்கு அறுவது நமக்கு நாப்பதுங்க... எந்நேரமும் கெரகம் மப்புதானுங்க... இந்தாங்க இந்த மருந்தை நெதமும் அவிச்ச கோழிக்கறியில கலந்து கொடுத்தீங்கன்னா... செல்லம் போல உங்ககூட வருமுங்க... ஒரு நாளைக்கு 20 மணிநேரம் அரைத்தூக்கத்துலயே கும்பகர்ணனாட்டம் கெடக்குமுங்க... என்னய விட்ருங்க நான் தாய்லாந்துக்கே ஓடிப்போ யிடறனுங்க..."

அடுத்த மீட்டிங். சிலர் வற்புறுத்திச் சொன்னதால் இந்த முறை வெங்காயப் பக்கோடா. பிரச்சனை நாளுக்கு நாள் தீவிரமடைந்து வருவதைப் பற்றி ராஜேந்திரன் கவலையோடு பேசிக்கொண்டிருந்தார். பூனம் பாண்டே புலியைக் கொல்லாதீர்கள் என கோரிக்கை

விடுக்கும் விதமாக உடம்பில் மஞ்சள் வர்ணம் (மட்டும்) பூசி இன்ஸ்டாவில் போஸ் தட்டியிருந்ததை ஒருவருக்கொருவர் ரகசியமாக வாட்ஸப்பில் பகிர்ந்துகொண்டிருந்தார்கள். கடுப்பான ராஜேந்திரன், “இத விட ஒரு சூப்பரான பூனம் பாண்டே வீடியோ என்கிட்ட இருக்கு. உருப்படியான ஐடியா சொல்றவங்களுக்கு மட்டும் அதை ஷேர் பண்ணுவேன்...” என அறிவித்தார். சடாரென ஆளாளுக்கு ஐடியாக்களை அள்ளித் தெளித்தனர்.

வயதில் இளையவனான ரஞ்சித் ஒரு புது யோசனையை சொன்னான். நாம் ஏன் துறைசார் நிபுணர்களையே இதற்காகத் தேடுகிறோம். பெரிய நிறுவனங்களுக்கு ஆலோசனைகள் வழங்குகிற ஒரு கார்ப்பரேட் கன்சல்டண்டினை அணுகினால் என்ன? அவர் புதிய கோணத்தில் பிரச்சனையை அணுகலாம் இல்லையா என்றான். சபாஷ்... அவுட் ஆஃப் தி பாக்ஸ் ஐடியா... ராஜேந்திரன் அவனைக் கட்டிப்பிடித்துக்கொண்டார்.

பீட்டர் டிரக்கரின் கலையுலக வாரிசான திரு. மீட்டர் டிராக்டர் வரவழைக்கப்பட்டார். விஜய் சம்பந்தமான ஆவணங்கள் அனைத்தையும் மீட்டர் ஊன்றி வாசித்தார். சம்பவம் நடப்பதற்கு முன்னும் பின்னும் எடுக்கப்பட்ட வீடியோக்களை பெரிய எல்சிடி திரையில் ஓடவிட்டு ஓடவிட்டுப் பார்த்தார். அவ்வப்போது தனது லேப்டாப்பில் குறிப்புகள் எடுத்துக்கொண்டார். பல்வேறு எக்ஸெல் ஷீட்டுகளை உருவாக்கினார். சில அகலத்தில் மூன்று மைல் தூரம் வரை சென்றன. விஜய் பிறந்தபோது பிரசவம் பார்த்த குட்டைய்யனை சைக்கோமெட்ரிக் டெஸ்ட் எழுதச் சொன்னார். விஜயின் தாயார் பெரியநாயகி மற்றும் தந்தையார் டாமியன் மார்ட்டீன் ஆகிய இருவரது பெர்பார்மன்ஸ் அப்பரைசல் இருக்கிறதா எனக் கேட்டார். ராஜேந்திரன் முழித்தார். “அப்படியொரு வழக்கம் இதுவரை இருந்ததில்லை; இனிமேல் ஃபைல் செய்து வைக்கிறேன்” என பம்மினார். மார்ட்டீன் பெரிய காதல் மன்னனாக பூங்காவில் வலம் வந்ததையும் லேடீஸ் மிருகங்கள் மத்தியில் ‘புலிகேசி’ எனும் செல்லப்பெயர் அவருக்கிருந்ததையும் மீட்டர் கண்டுபிடித்தார். பூங்கா ஊழியர்கள் வாயடைத்துப் போயினர்.

ஏ.சி.வீல்சனிலிருந்து சில விற்பன்னர்களை மீட்டர் டிராக்டர் வரவழைத்தார். அவர்கள் இந்தியா முழுக்க புலிகளிடம் கடி வாங்கியவர்களைத் தேடிப்பிடித்து சில தகவல்களைத் திரட்டி வந்தனர். கன்ப்யூஸன்ஸ்–ல் இருந்து சில மென்பொருள் வல்லுனர்கள் வந்து தோள்களைக் குலுக்கி கீழுதட்டைப் பிதுக்கி என்னென்னவோ பேசினார்கள். இவரு ஏதோ சொந்த வேலையும்

சேர்த்துப் பார்க்கிறார் என குட்டைய்யன் சந்தேகப்பட்டான். ராஜேந்திரனிடம் சொன்னபோது குட்டையனை அவர் கடிந்துகொண்டார். ஏற்கனவே, “நீ டோட்டல் நெகட்டிவ் அப்ரோச் என சைக்கோமெட்ரிக் டெஸ்டில் தெரியவந்துள்ளது” என்றார். குட்டைய்யன் நமக்கெதுக்குடா வம்பு என ஒதுங்கிக்கொண்டான்.

மீட்டர் டிராக்டர் புலியுடனான தன் சவாலுக்கு நாள் குறித்தார். ஒரு பிரம்மாண்டமான மீட்டிங் ஹால் செட் போடப்பட்டது. விஜய் கழுத்தில் ஒரு பெரிய டை கட்டி இழுத்து வந்தார்கள். எல்சிடி ஸ்கிரீன் உயிர்பெற்றது. மீட்டர் தொண்டையை கனைத்துக்கொண்டு பவர் பாயிண்ட் பிரசண்டேசனை ஓடவிட்டார்... “No one can live with past laurell... ஒருத்தனைப் போட்டுத்தள்ளிட்டோம்... ஒரே நாள்ல பெரிய மீடியா ஸ்டாராயிட்டோம்கிற இறுமாப்பு is just unacceptable. நான் சில தகவல்களை உனக்கு போட்டுக்காட்ட விரும்புறேன். உன் தாய்வழிப் பாட்டி மிஸஸ் சம்பாவதி குமாவுன் ஏரியாவுல மிகப் பெரிய சொர்ணாக்கா. 436 பேரை பொடனியிலயே போட்டவர். ‘என்னம்மா இப்படிப் பண்றீங்களேம்மான்னு’ கேட்டுக் கதறாத ஆட்களே கிடையாது. ஆனா என்னாச்சி.. சீமையிலருந்து வந்த ஜிம் கார்பெட் அண்ணாச்சி சிம்பிளா ஸ்கெச்சு போட்டுட்டார். அவ்ளோ பெரிய அக்காடக்கராலேயே சர்வைவ் ஆக முடியல. பாப்புலாரிட்டி ஆஸ்பெக்ட்லயும் சில டேட்டாஸ் உனக்குக் காட்ட விரும்பறேன். நீ பஞ்சத்துக்குப் பாப்புலர் ஆன புலி. ஆனா பரம்பரை பரம்பரையா சோஷியல் மீடியாவுல பாப்புலர் ஆன புலிகள் நிறைய்ய பேரு இருக்கிறாங்க. தென்னாப்பிரிக்காவுல ஜான் வார்டியை கடிச்சு வச்ச கல்கத்தாக்காரன், லூசியான ஸ்டேட் யுனிவர்சிட்டி சின்னத்துல பரம்பரை பரம்பரையா நாட்டாமையா இருக்கிற மைக் – சன்ஸ் குடும்பத்தார், டேவ் சல்மோனியின் வளர்ப்பு பிள்ளைகள், கெவின் ரிச்சர்ட்ஸன் தோட்டத்துல வளர்ற நம்ம செவளை இவங்கள்லாம் தினமும் லட்சக்கணக்குல லைக்ஸ் வாங்குறவங்க. அவங்களே அமைதியா இருக்கும்போது யூ ப்ளடி Non Performing culprit... ஸ்லைடுகள் ஒளிர்ந்துகொண்டேயிருந்தன. மீட்டர் பேசிக்கொண்டேயிருந்தார். விஜயிடமிருந்து வல்லிசாக சத்தம் வரவில்லை. அவனது கனவில் சைபீரிய அழகிப்புலி ஐரீனாவுடன் டூயட் பாடிக்கொண்டிருந்தான்.

இதற்கு மேல் செய்வதற்கொன்றுமில்லை. விதி விட்ட வழியென அனைத்து முயற்சிகளையும் கைவிட்ட நாளொன்றில் ராஜேந்திரனுக்கு ஒரு மின்னஞ்சல் வந்திருந்தது. தன்னால் புலியை சரி செய்துவிட முடியுமென்றும் அதற்குத் தேவையானதெல்லாம்

ஒரு மைக்கும் இரண்டு ஸ்பீக்கர்களும்தான் என ஒரு இளைஞன் எழுதியிருந்தான். தன்னுடைய முயற்சியினால் புலி பழைய நிலைக்குத் திரும்புவதுடன் இனி வாழ்நாளில் எந்த உயிரினையும் கொல்லத் துணியாது என்பதையும் உறுதிபடத் தெரிவித்திருந்தான். சல்லிப் பைசா செலவில்லை என்பதால் முயற்சித்துப் பார்க்கலாமென குட்டைய்யனும் எடுத்துச்சொல்ல ராஜேந்திரன் அரைகுறை மனதுடன் ஒப்புக்கொண்டார்.

புலி கூண்டில் இரண்டு ஸ்பீக்கர்கள் பொருத்தப்பட்டு ஒரு தனியறையில் இருந்த மைக்குடன் இணைக்கப்பட்டது. தான் பேசும்போது யாரும் உடனிருக்க வேண்டாமென இளைஞன் கேட்டுக்கொண்டதால் அனைவரும் அறையை விட்டு வெளியேறினர். சிசி கேமரா மூலம் புலியின் செயல்பாடுகளை தனது மேஜையில் உள்ள கணினித் திரையில் ராஜேந்திரன் கண்காணித்துக் கொண்டிருந்தார்.

இளைஞன் கையில் சில வெள்ளைத்தாள்கள் இருந்தன. மைக்கை லேசாக விரலால் தட்டிவிட்டு மெள்ள பேசத் துவங்கினான். வலது முன்னங்காலைத் தலை மீது வைத்து ஒருக்களித்துப் படுத்திருந்த விஜய் லேசாக தலை தூக்கி சுற்றும் முற்றும் பார்த்தான். பிறகு, சடாரென்று உதறி எழுந்து நின்று உடலை ஒருமுறை சிலிர்த்துக்கொண்டான். குரல் வரும் திசை எது எனத் தேடினான். ராஜேந்திரன் பரவசமடைந்தார். ஸ்பீக்கரை நோக்கி விஜய் மெள்ள நடந்தான். அறைக்குள் இளைஞன் விடாமல் தொடர்ந்து பேசிக்கொண்டிருந்தான்.

ஸ்பீக்கரை இரண்டு மூன்று முறை சுற்றி வந்தான் விஜய். மெள்ள சீறினான். விஜயின் உடல்மொழியில் ஏற்பட்ட மாற்றத்தினை ராஜேந்திரன் உணர்ந்தார். அவன் பதட்டமாய் இருக்கிறான். விஜயின் உடல் லேசாக அதிர்ந்தது. கண்கள் கலங்கின. அறைக்குள் இளைஞன் நிறுத்தி நிதானமாக ஒவ்வொரு பக்கங்களாக வாசித்துக்கொண்டிருந்தான். புலியின் கண்களில் கண்ணீர் வழிய ஆரம்பித்தது. திடீரென நிகழ்ந்தது அந்த மாற்றம். விஜய் தன் பின்னங்கால்களை நிலத்தில் ஊன்றி முன்னங்கால்கள் இரண்டையும் மேல் நோக்கி தூக்கியபடி எழுந்து நின்றான். ராஜேந்திரன் தன் வீட்டு டாமியைப் போல விஜய் நிற்கிறானே என ஆச்சர்யம் கொண்டார். பசித்தாலும் புல்லைத் திங்காத சம்பாவதி வழிவந்த விஜய் உலகப்புலிகள் வரலாற்றில் யாரும் செய்யாத ஒரு காரியத்தைச் செய்தான். தன் முன்னங்கால்களால் நெஞ்சில் அடித்துக்கொண்டு கேவிக்கேவி அழுதான். ராஜேந்திரனும்

குட்டைய்யனும் அதிர்ச்சியில் உறைந்தனர். அவர்களது கானுயிர் வாழ்வில் தன் நெஞ்சில் அடித்துக்கொண்டு அழும் ஒரு மிருகத்தை இப்போதுதான் பார்க்கிறார்கள். அதன் அழுகை அதிகரித்துக்கொண்டே போனது. ஒரு கட்டத்தில் மூச்சுத்திணறி சுருண்டு விழுந்துவிட்டது. அதன் உடல் வெட்டி வெட்டி இழுத்தது. புலிக்கு ஏதேனும் ஆகிவிடும் எனப் பயந்து கதவைத் தட்டி இளைஞனை நிறுத்தச் சொன்னார்கள்.

குட்டைய்யன் அலறியபடி ஓடி வந்தான் "ஐயா... இந்தக் கூதியான் புலியக் கொன்னே புட்டான்யா..."

விசாரணையில் அந்த இளைஞன் தமிழிலக்கிய வாசகனென்றும், டில்லி வெள்ளைப்புலி சம்பவத்தின்போது தமிழ் எழுத்தாளர்கள் எழுதிய குறிப்புகள் – கவிதைகள் – அபிப்ராயங்களை வாசித்துக்காட்டியிருக்கிறான் என்றும் தெரியவந்தது. தாங்கவியலாத குற்றவுணர்ச்சி தந்த மன அழுத்தத்தால் மாரடைப்பு ஏற்பட்டு புலி மரணித்திருக்கிறது என பிரேத பரிசோதனையில் ராஜேந்திரன் தெரிவித்தார். ஜெயமோகன் 'வெண்புலி – விவாதங்கள்' எனும் தலைப்பில் புதிய இணையதளம் ஒன்றைத் துவங்கினார்.

முற்றிற்று (எனக்கு)

பார்த்த முகம்

தமிழகத்தின் எந்தப் பகுதியிலிருந்தும் சென்னைக்கு அரசுப் பேருந்தில் பயணிப்பது ஒரு சுயவதை. முந்தைய இரவில் கிளம்பி மறுநாள் மட்டை மதியத்தில் கோயம்பேடு எதிரே சாவகாசமாக இறக்கிவிடுவார்கள். அதுவரை புலன்களை அடக்கியாளவும், தற்கொலை எண்ணத்தைத் தள்ளிப்போடவும் நமக்குத் தெரிந்திருக்க வேண்டும். "காலைல பத்து மணிக்கு இண்டர்வியூ சார்..." என டிரைவரிடம் எழுந்து போய் கதறும் இளைஞர்களைப் பார்க்காத ஒரு பயணமே வாய்த்ததில்லை. இம்முறை கூடுதலாக மேலும் ஒரு நரக வேதனை.

அவசர சோலியாக நெல்லையிலிருந்து சென்னைக்குப் பஸ் ஏறினேன். அது திருவனந்தபுரத்திலிருந்து கிளம்பி திருநெல்வேலி, மதுரை, விழுப்புரம் வழித்தடத்தில் சென்னை செல்லும் பேருந்து. ஏறி அமர்ந்து அரைமணி நேரமாகியும் வண்டி கிளம்பின பாடில்லை. நடத்துனர் நட்டுவாய்க்காலி போல அங்குமிங்கும் அமைதியற்று அலைந்துகொண்டிருந்தார். "ரெண்டு பேரு வரணும் சார்... குடிகாரப்பயக்க எங்க போனானுவளோ..."

தூரத்தில் அலைச்சறுக்கில் ஈடுபடும் பாவனையுடன் இருவர் ஒருவரையொருவர் தாங்கிப் பிடித்தபடி மிதந்து வந்து கொண்டிருந்தனர். வேறு ஏதோ பஸ்ஸில் ஏற இருந்தவர்களை கண்டக்டர் ஓடிப்போய் கூட்டி வந்து பஸ்ஸில் ஏற்றினார். "ங்கோத்தா... ஒன்ன எவன்டா கடய பஸ் ஸ்டாண்டுக்கு வெளிய கட்டச் சொன்னது..." என ஒருவன் நடத்துனரின் நெஞ்சில் தலையால் முட்டியபடி கேட்டான். வாஸ்தவம்தான் மாநிலமெங்கும் கடைகளைத் திறந்த அரசாங்கம் ஒவ்வொரு

பேருந்து நிலையத்திலும் ஆவின் பால் விற்பனையகம் போல ஒரு சாராயக்கடை திறக்கலாம்தான். வருவாய்ப் பெருகும் வழிதானே.

பனியனுக்குள் சனியன் நுழைந்த மாதிரி மிகச்சரியாக நானிருந்த இருக்கையிலேயே அமர்ந்தார்கள். வல்ல பூதங்களுக்கும் வலாட்டிகப் பேய்களுக்கும் அஞ்சா நெஞ்சுரம் கொண்டவந்தான் எனினும் போதை மணிகளைக் கண்டால் கிரிகிரி ஆகிவிடுவேன். சடாரென பையைத் தூக்கிக்கொண்டு இன்னொரு இருக்கையில் சென்று அமர்ந்தேன். அது அவ்வளவு பிரமாதமான முடிவல்ல. எனது முன்னிருக்கையில் இருந்தவர்கள் அவர்களை விட அதிகம் குடித்திருந்தனர். நியாயமாக ஓடும் பேருந்திலிருந்து நான் குதித்திருந்திருக்க வேண்டும்.

வண்டி வண்ணார்பேட்டையைத் தாண்டியிருக்கவில்லை. சலம்பல் துவங்கிவிட்டது. தூங்கும் பாவனையில் கால்களைத் தூக்கி முன்னிருக்கை பெண்ணின் தோளில் போட்டார்கள். அந்த குண்டு மலையாளிப் பெண் எழுந்து நின்று மலையாளத்தில் காச்மூச்சென்று கத்தினார். மூன்றாவது பாராவில் நாம் கண்ட குடிகாரத் தோழர்கள் “மேடம் நீங்க வேணா இங்க வந்து எங்களோட ஒக்காருங்க... ஒருத்தருக்கு எடமிருக்கு...” கண்டக்டர் பதறியபடி ஓடிவந்து “டேய் தாலிய அறுக்கறீங்களேடா... எறக்கி வுட்ருவேன்...” தனக்குத் தெரிந்த அதிகபட்ச கண்டனங்களைத் தெரிவித்துவிட்டு பழையபடி தன் சீட்டில் போய் உறங்க முயற்சித்தார். “ரொம்ப குளிருதுல்ல” என ஒருவன் தனது லூங்கியை அவிழ்த்து கழுத்தில் மாலையைப் போல அணிந்துகொண்டான். நல்ல வேளைக்கு அன்டிராயர் போட்டிருந்தான். மற்றொருவன் பத்து நிமிடங்களுக்கு ஒருமுறை திரும்பி “ப்ரதர் தீப்பெட்டி இருக்குமா?” என என்னிடம் கேட்டபடி இருந்தான். நான் தீப்பெட்டி வியாபாரியின் மகன் என்பது இந்த மாங்குடிக்கு எப்படித் தெரியும்.

பஸ் தாழையூத்தைத் தாண்டியது. இருவரும் ஒரே சமயத்தில் தத்தம் செல்போன்களை எடுத்து பாடல்களை ஒலிபரப்பத் துவங்கினார்கள். “டேய் பாட்டை நிறுத்தித் தொலைங்கடா” என கண்டக்டர் கத்தினார். “அப்ப நீ பாடு...” என பதில் வந்தது. ஒருவர் எழுந்து வந்து, “பாப்பா அழுவுதுங்க சவுண்டை குறைங்க” என்றார். “ஒத்தா மூடிட்டுப் போடா... நானும் டிக்கெட் எடுத்துட்டுத்தான்டா வந்திருக்கேன்...” அந்த சம்சாரி ஆடிப்போய்விட்டார். என் புஜங்கள் துடித்தன. இதுவே ஆசானாக இருந்தால் இரண்டு அறை விட்டிருப்பாரென நினைத்துக்கொண்டேன். ஒத்தை ஆள் என்றால்கூட சவுண்டு கொடுத்துப் பார்க்கலாம். பஸ்ஸூக்குள்

இவர்களோடு சேர்ந்த ஸ்லீப்பர் செல்கள் எத்தனை எனத் தெரியவில்லை. பொத்துனாப்பல இருப்பதே உசிதம்.

கொஞ்ச தூரம் போயிருக்கும். என் காலில் சூடாக எதுவோ பட்டது. மூத்திரம். குமட்டிக்கொண்டு வந்தது. எழுந்து கடைசி சீட்டுக்குப் போனேன். ஒரு பெரியவர் அருகே அமர்ந்துகொண்டேன். பஸ் தூக்கி தூக்கி அடித்தாலும் எப்படியோ தூங்கிப்போய்விட்டேன். திடீரென கூச்சல் குழப்பம். மலையாளப் பெண்மணி அமர்ந்திருந்த சீட்டை ஒரு போதை மணி எட்டி உதைத்ததில் அவர் முன் சீட்டில் முட்டிக்கொண்டாராம். மூக்கில் நல்ல அடி. வீங்கிப்போய்விட்டது. பயணிகள் எழுந்து நின்று கத்தினர். அவர்கள் இருவரும் அதை உணரமுடியாத ஆழத்திற்குள் உறங்குவதைப் போல பாவனை செய்தனர். கண்டக்டரும் அதே பாவனையைத்தான் செய்துகொண்டிருந்தாரென நான் நினைக்கிறேன்.

சற்று ஆரவாரம் அடங்கியதும் சத்தமிட்டவர்களைச் சீண்டுவது போல ஒருவன் செல்போனில் பாடலை ஒலிபரப்பத் துவங்கினான். மற்றொரு சீட்டு குடிகாரர்கள் போட்டிப் பாடலை ஒலிபரப்பினார்கள். கர்ண கடூர அந்தாக்ஷரி துவங்கியது. உற்சாகமடைந்த ஒருவன் சீட்டிலிருந்து எம்பியபடியே ஆடினான். ரப்பர் பந்து சிமெண்ட் தரையில் குதிப்பது போலிருந்தது அந்த நடன அசைவுகள். பஸ் பைத்தியக்கார விடுதி ஆனது. பொதுவாக தொடர்ந்து அரை மணிக்கூறுக்கு மேல் ஃபேஸ்புக் பார்த்தால்தான் எனக்கு இந்த மனநிலை உருவாகும்.

என் பக்கத்திலிருந்த பெரியவர் அடிக்கடி கண் விழிப்பதும் இவர்களைப் பார்ப்பதும் மறுபடி கண்களை மூடி உறங்க முயற்சிப்பதுமாக இருந்தார். வயது 75க்கு மேல் இருக்கலாம். எங்கோ பார்த்த முகமாக இருந்தது. இவரைப் போன்ற முதியவர்களுக்கு இவ்வகைப் பிரயாணங்கள் கூடுதல் சித்திரவதை. காலை நீட்டிக்கொள்ள முடியாது. சிறுநீரை அடக்கி வைத்துக்கொள்ள வேண்டும். நெடுஞ்சாலை உணவகங்கள் சமயங்களில் ஆளையே கொன்றுவிடும். இதில் குடிகாரப் பைத்தியங்களின் சித்திரவதை வேறு.

நள்ளிரவைத் தாண்டியதும் ஒரு குடிகார ஜோடி ஆடி அடங்கி அலங்கோலமாக சீட்டில் கிடந்து உறங்கியது. மற்றொரு ஜோடியின் ஆட்டம் அதிகரித்துக்கொண்டே போனது. பஸ்ஸில் இருந்த ஒவ்வொருவரையும் கெட்ட கெட்ட வார்த்தைகளால் திட்டத் துவங்கினார்கள். “இவரு பெரிய டீஸண்டுப் புண்ட” எனும் வசவு

எனக்குக் கிடைத்தது. பெரியவர் என் முகத்தைப் பார்த்தார். நான் அவர்கள் யாரையோ சொல்வதைப் போல முகத்தை வைத்துக்கொண்டேன். திரும்பவும் கண்களை மூடிக்கொண்டார். எங்கோ இவரைப் பார்த்திருக்கிறோமே.

பேருந்து மதுரை தாண்டி ஒரு டோல்கேட்டில் நுழைவுச்சீட்டுக்காக நின்றது. வண்டிக்கு முன்னால் ஏழெட்டு வண்டிகள் காத்திருந்தன. பெரியவர் எழுந்து குடிகாரர்களை நோக்கிச் சென்றார். “பஸ் பத்து நிமிஷம் நிக்கும்ங்க... பீடி சிகரெட் குடிக்கறதுன்னா போய் குடிச்சிக்கங்க...” என்றார். இருவரும் புதைகுழிக்குள் விழுந்த மிருகத்தைப் போல சீட்டிலிருந்து திமிறி திமிறி எழுந்து தள்ளாடியபடியே வண்டியை விட்டு இறங்கினர். “டேய் எங்கடா போறீங்க...” என கண்டக்டர் பதறினார். பெரியவர் கண்டக்டரைப் பார்த்து சங்கை அறுத்துடுவேன் என்பது போல சைகை காட்டினார். கண்டக்டர் புரிந்துகொண்டு சீட்டில் தயக்கத்துடன் அமர்ந்தார். பெரியவர் மௌனமாக திரும்பி வந்து இருக்கையில் அமர்ந்து பழையபடி கண்களை மூடிக்கொண்டார். பேருந்து தயங்கி கிளம்பியது. நான் பின்னால் திரும்பி கண்ணாடி வழியாக சாலையைப் பார்த்தேன். மங்கலான மஞ்சள் ஒளியில் குடிகாரர்கள் நடுரோட்டில் நின்று பஸ்ஸை தேடிக்கொண்டிருந்தது தெரிந்தது. அவர்களது பயணப்பை பேருந்தினுள் இருக்கைக்கடியில் கிடந்தது. நான் விக்கித்துப்போய் பெரியவரைப் பார்த்தேன். அவர் அமைதியான முகத்துடன் தூங்கிக்கொண்டிருந்தார்.

மதியம் கோயம்பேட்டில் கண்விழித்த இன்னொரு குடிகார ஜோடிகள் தங்களது பயணப்பை செல்போன்களைக் காணவில்லை என கூச்சல் போட்டனர். தங்களோடு வந்த நண்பர்களும் மாயமாக மறைந்துவிட்டதை தாமதமாக உணர்ந்து கலவரமானார்கள். அவர்கள் போட்ட கூச்சலை யாரும் கண்டுகொள்ளவே இல்லை. “ஏறும்போது நீங்க பை எதுவும் கொண்டு வரல...” கண்டக்டர் ஒரே வரியில் பதில் சொல்லிவிட்டு டீக்கடையை நோக்கி நடந்தார். பெரியவர் மிக நிதானமாக தனது சிறிய துணிப்பையை எடுத்துக்கொண்டு இறங்கினார். அவரை திருவனந்தபுரம் சாலைத்தெருவில் பார்த்திருக்கிறேன் என்பது சட்டென நினைவிற்கு வந்தது.

மாஸ்டர் செல்வேந்திரன்

அசல் அட்டையினால் செய்யப்பட்டு உலோக பாகத்திற்கு சில்வர் பேப்பரும் கைப்பிடிக்கு கோல்டன் பேப்பரும் ஒட்டப்பட்ட வாள்கள் அருந்தமிழ் மன்றத்தில்தான் அதிகம். பாரதி கலாமன்ற வாள்கள் பெரும்பாலும் தமிழ் மன்னர்களுடையது. சற்று லேசாக வளைந்த வாள்கள். தகரத்திலோ அல்லது மரத்திலோ செய்யப்பட்டு கொழுவிக்கொள்ளும் வசதியுள்ள கைப்பிடிகளையுடையவை. எடை அதிகம். நீளமும் அதிகம். எதிரிகளைக் கண்ணிமைக்கும் நேரத்தில் சாய்க்க தோதுப்படாது. என் பிரியமெல்லாம் பார்க்க பட்டைக்கத்தியைப் போல நீண்டும் எளிய கைப்பிடியும் உள்ள கிரேக்க வாள்களே. எடை குறைவானவை. எடுத்துச் சுழற்ற முடிபவை. குறிப்பாக தவறியும் காயம் ஏற்படுத்தாதவை. ரோமாபுரி வீரர்கள் அணியும் தலைக்கவசமும் முதுகில் தொங்கவிடும் சல்லாத்துணியும்கூட அருந்தமிழ் மன்றத்தில்தான் அதிகம் உண்டு.

இரு வகையான நடிகர்கள் இருந்தார்கள். “நடிக்கிறேன், காசு கொடு” எனக் கேட்கிறவர்கள். “காசு தருகிறேன், நடிக்கவிடு” எனக் கதறுபவர்கள். ஏற்று நடித்த பாத்திரத்தின் பெயரையோ அல்லது உச்சரித்த வசனத்தையோ அடைமொழியாகச் சுமந்தலையும் சீவன்களான ‘ஆஃபாயில்’ அண்ணாத்துரை, ‘அடேங்கப்பா’ ஆறுமுகம் என இரண்டு பேர் எங்கள் தெருவிலேயே இருந்தார்கள். ‘ரேப்பு’ கிண்ணரம் என்றும் ஒருவர் இருந்தார். இந்த அடைமொழியை யாரும் விளக்காமலே புரிந்துகொள்ளும் அளவிற்கு கருவிலே திருவுடைய சிறார்கள் யாம். இவர்களோடு ரிகர்ஸல் பார்க்க நாங்களும் வருகிறோமென ஒட்டிக்கொண்டு செல்வது வாள்களை எடுத்து பொய்ச்சண்டை போடத்தான்.

சிந்துபூந்துறை பாலத்திற்குக் கீழே காசு கொடுத்தால் ஸ்கிரிப்ட் கொடுக்கிறவர்கள் இருந்தார்கள். நாடகத்தை வாங்கி வந்து கதாபாத்திரங்களின் பெயர்களை மட்டும் மாற்றி கதை, வசனம், இயக்கம்: ‘உங்கள்’ உலகநாதன் எனப் போட்டுக்கொள்ளவேண்டியது மட்டும்தான் நம் சோலி. ‘சாணக்கிய சரிதம்’ என்றொரு நாடகத்தின் ரிகர்சல் நடந்துகொண்டிருந்தது. அரசடி மாரியம்மன் கோவில் திருவிழாவின் ஏழாவது நாளன்று பெருமையுடன் வழங்க உத்தேசித்திருந்தார்கள். ஏழாம் திருநாள் நாடகம் பார்க்க அக்கம் பக்கத்திலுள்ள கிராமத்திலிருந்தெல்லாம் வருவார்கள். அல்லது அப்படி நம்பினார்கள். அருந்தமிழ் மன்றத்தார்களின் மேடை அமைப்பு பிரம்மாண்டமாக இருக்கும். மேடையில் கடலை உருவாக்கி கப்பல் ஓட்டிக்காட்டுவார்கள். ஒரு நாடகத்தில் வில்லன் மேடையில் விமானத்தில் வந்து இறங்குவார். சீதை தீக்குளிக்கும் காட்சியில் அக்கினிக்குண்டம் தத்ரூபமாக இருப்பதைக் கண்டு உணர்ச்சி வசப்பட்ட சில கிழவிகள் மேடையில் தண்ணீரைக் கோரி ஊற்றிய சம்பவமெல்லாம்கூட நடந்திருக்கின்றன.

ஒத்திகை படு தீவிரமாக நடந்தது. கதாநாயகி அம்சமாலா. மடிப்பு அம்சா என கலாரசிகர்கள் மத்தியில் அவர் வேறு சில காரணங்களுக்காகப் புகழ் பெற்றிருந்தார். புதிதாக மூன்று டூயட்டுகள் தெள்ளிசைத் தென்றல் குழுவினரால் இயற்றப்பட்டன. ‘சசியே என் ருசியே... சகியே வந்து சுகியேன்...’ ஹார்மோனியத்தின் அத்தனைக் கட்டைகளிலும் விரல்களின் வெறியாட்டம். திரைச்சீலைகள் புதிதாக வரையப்பட்டன. பாடல் கட்சிகளுக்காக ஏராளமான மான்களும் மயில்களும் கிளிகளும் அட்டையில் உருவாகின. அருந்தமிழ் மன்றமே கூந்தங்குளம் சரணாலயம் போல இருந்தது. இயக்குனர் சேர்மக்கனி எந்நேரமும் தோளில் சிறிய டர்க்கி துண்டுடன் திருப்தியில்லாத முகத்துடன் கிழக்கேயும் மேற்கேயும் அலைந்துகொண்டிருந்தார். ஒரு இயக்குனருக்கு மிகத் தேவையானது திருப்தியில்லாத முகம் என்பதை அவர் எப்படியோ தெரிந்து வைத்திருந்தார்.

சரித்திர நாடகம் என்பதால் வாள்களும் கேடயங்களும் பொலிவூட்டப்பட்டன. கிழிந்த சிம்மாசனங்களுக்குள் தென்னை நார்கள் திணிக்கப்பட்டு சரி செய்யப்பட்டன. தில்லையண்ணன் உடன்குடி மன்றத்திலிருந்து மார்புக்கவசங்களை வரவழைத்தார். “புது அயிட்டமால்லா இருக்கு... இத எங்கனடே ஸ்டேஜூல வைப்பிங்க... டூயட்டுக்கா” எனக்கேட்ட ஆம்பாயில் அண்ணனை சேர்மக்கனி கெட்ட கெட்ட வார்த்தைகளால் வைதார்.

கத்திச்சண்டையை நிறுத்தி வேடிக்கை பார்த்த என்னை சிவந்த கண்களால் அன்பொழுகப் பார்த்து, "புடிச்சி மோளத் தெரியாது.. வாளு கேக்குதோல..." சேர்மக்கனி அண்ணன் கேட்டது கூட வலிக்கவில்லை. அம்சமாலா 'களுக்'கென்று சிரித்தபோதுதான், "அந்த ஏந்திழையாளும் எனைச்சிரித்தாள்.. ஆண்டதொர் அரசாமோ எனது ஆண்மையும் புகழும் ஓர் பொருளாமோ..." என கண்ணீர் மல்கினேன். சேர்மக்கனி என்ன நினைத்தாரோ திடீரென "ஏல நாடகத்துல நடிக்கியால... ஒரு எளவரசன் கேரக்டர் தாரம்ல..' என்றார்.

கதைப்படி நந்த வம்சத்து அவையில் அவமானப்படுத்தப்பட்ட சாணக்கியர் வெஞ்சினம் கொள்கிறார். சூளுரைக்கிறார். நந்த குலத்தை வேரோடு கருவறுக்கிறார். மௌரியப் பேரரசை நிறுவுகிறார். அவரால் படுகொலை செய்யப்பட்டவர்களின் ஆவிகள் இரவில் கனவில் வந்து நியாயம் கேட்பதோடு நாடகம் முடியும். எவ்வளவு எளிதாக கதையைச் சொல்லிவிட்டேன். ஆனால் நாடகம் எழுபது சீன்களுக்கும் மேல். எனக்கு நந்த குலத்தின் கடைக்குட்டி இளவரசன் வேடம். மொத்தம் எட்டு சீன்கள். நான்கு சீன்களில் வசனம். கத்திச்சண்டை பிரியனென்பதால் சேர்மக்கனி இரக்கப்பட்டு ஒரு சீன் சேர்த்தார். தோட்டத்தில் மாமா வாள் வித்தை பயிற்றுவிப்பார். பயிற்சிக்குப் பின் அன்போடு மடியில் இருத்தி ஒரு பழத்தை புசிக்கத் தருவார். அதில் பாம்பின் விஷம் செலுத்தப்பட்டிருப்பது இருவருக்கும் தெரியாது. அவரும் ஓரிரு துண்டங்களை சாப்பிட இருவரும் துடிதுடித்துச் சாகவேண்டும். முதல் நாடகம் என்பதால் கடும் பயிற்சி. என் அளவிற்குப் பிற கதாபாத்திரங்களுக்குக் கலைதாகம் இருக்கவில்லை. சிலர் கடை கண்ணிகளை எடுத்து வைத்துவிட்டு பத்து மணிக்கு மேல் வருவார்கள். சந்தைக்குப் போகிறவர்களாக இருந்தால் வாரக்கடைசியில்தான் ரிகர்ஸல். அவர்கள் வசனங்களை மறந்துவிட்டு முழிக்கும்போது சேர்மக்கனி புதிய புதிய வார்த்தைச் சேர்க்கைகளை உருவாக்கித் திட்டுவார். 'பேப்புண்டக்கிப் பேன் பார்த்த பயலே'

செட் வேலை செய்யும் பெயிண்டர் முழு போதை. பூங்கா சீன் திரைச்சீலையில் உள்ள பூக்கள் அனைத்திற்கும் கருப்பு வர்ணம் அடித்துவிட்டார். "தொளிலு மேல பக்தி இல்லாத பயலெல்லாம் பன்னி மேய்க்கப் போவ வேண்டியதுதானல... மாம்பட்ட போட்டுட்டு வந்து அடிக்க ஓங்க ஆத்தாளுக்க கல்லறன்னு நெனச்சியால இத... தாயோளீ" என ருத்திர தாண்டவம் ஆடியவர்,

“தோற்றிய அரங்கில் – தொழுதனர் ஏத்த பூதரை எழுதி, மேல்நிலை வைத்து; தூண் நிழல் புறப்பட, மாண்விளக்கு எடுத்து, ஆங்கு ஒருமுக எழினியும், பொருமுக எழினியும், கரந்துவரல் எழினியும், புரிந்துடன் வகுத்து – ஆங்கு ஓவிய விதானத்து, உரைபெறு நித்திலத்து மாலைத்தாமம் வளையுடன் நாற்றி; விருந்துபடக் கிடந்த அரும் தொழில் அரங்கத்து”ன்னு இளங்கோவடிகள் சிலப்பதிகாரத்துல எழுதியிருக்காருல ஸ்கிரீன் வரையறதப்பத்தி... கூதறப்பயலே..” நான் சேர்மக்கனி அண்ணாச்சியின் நாடக பக்தியை நினைத்து மெய்தான் அரும்பி விதிர்விதித்து நின்றேன். என் கண்கள் கசிந்தன. ‘குருநாதா’

நாடகத்திற்கான அழைப்பிதழ்கள் இளஞ்சிவப்பு, வெளிர் மஞ்சள் நிற பேப்பரில் சிங்கிள் கலரில் அச்சடிக்கப்பட்டு ஊர் முழுக்க விநியோகிக்கப்பட்டன. அதில், அறிமுகம்: மாஸ்டர் செல்வேந்திரன் என அச்சாகியிருந்ததுதான் முதலில் என் கண்ணில் பட்டது. அகில இந்திய ரேடியோ புகழ் பி.கே. பாபநாசம், கரகாட்டக்காரன் சண்முகசுந்தரம், பக்கோடா காதர், ஓமக்குச்சி நரசிம்மன் உள்ளிட்ட ஏராளமான திரை நட்சத்திரங்களும் நடிக்கிறார்கள் என்பது எனக்கு ஆச்சரியமான ஆச்சர்யம். அவர்களெல்லாம் ரிகர்ஸலுக்கே வரவில்லையே. போஸ்டரின் இறுதியில் தஞ்சாவூர் காஞ்சனா சிறப்புத் தோற்றம் என போட்டிருந்தார்கள். மொத்த ஸ்கிரிப்டிலும் ஒரு பெண் கேரக்டர்தானே... இந்தம்மா என்ன பண்ணப் போவுது?

விரிவாக விளம்பரம் செய்திருந்ததால் கூட்டம் திமிறியது. எப்படிப் பார்த்தாலும் பத்து முப்பது நாப்பது பேர் இருப்பார்கள். மேடையில் விழா ஏற்பாட்டாளர்கள் மாண்புமிகு மாமா, பாசமிகு மச்சான், பெருமைமிகு பெரியப்பா, அருமை அண்ணாச்சி என ஒருவருக்கொருவர் உறவு கொண்டாடி மாற்றி மாற்றி மாலையைப் போட்டுக்கொண்டிருந்தார்கள். மேடைக்குப் பின்னே மேக்கப் ஜரூராக நடந்துகொண்டிருந்தது. நடிகர்களின் உதவியாளர்கள் ஆரம்ப சுகாதார நிலைய நர்ஸக்கா வைத்திருப்பதைப் போன்ற பிளாஸ்டிக் ஐஸ்பெட்டிகள் வைத்திருந்தார்கள். அதற்குள்தான் லிப்ஸ்டிக், ரூஜ், க்ரீம் உள்ளிட்ட அழகு சாதனங்கள் வைக்கப்பட்டிருந்தன. நான் அவர்களை ஆச்சர்யத்துடன் பார்த்துக்கொண்டிருந்தேன்.

ஒரு வழியாக பூஜை போட்டு தேங்காய் உடைத்தபோதுதான் கவனித்தேன். சேர்மக்கனி அண்ணன் ஃபுல் மப்பில் ஆடிக்கொண்டிருந்தார். ‘அடேய் தொழில்பக்தி...! இந்த

அருதக்கூதியானைப் போய் குருநாதரா நினைச்சிட்டோமே.'

சீன் நோட்டை ஃபாலோ செய்யும் நிலையில் அவர் இல்லாததால் தற்காலிக நாடக பொறுப்பு அரியபழம் நாடாருக்கு வாய்த்தது. அவர் அம்சமாலா அருகாமைக்காக பூக்குழி இறங்கவே தயாராக இருந்தவர். நாடகம் தொடங்கியபோதுதான் நடிகர்கள், பாடகர்கள், சீன் இழுக்கவேண்டியவர்கள் வரை அனைவரும் ஃபுல் தண்ணீரென்பது புரிந்தது. பூங்கா சீனில் போர் நடந்தது. கோவில் ஸ்கிரீன் முன்னே டூயட். ஒரு கனவுக்காட்சியில் அரங்கத்திற்குள் மேலிருந்து கீழாக ஒரு தாமரைப்பூ மெள்ள இறங்கும். அதில் கதாநாயகன் வீற்றிருப்பான். அதிலிருந்து இறங்கி சிவாஜியைப் போல தோள்களை ஏற்றி இறக்கி நடந்து கதாநாயகியை முத்தமிட வேண்டும். அவசரத்தில் அரியபழம் நாடாரை ஏற்றி கயிறு கட்டி இறக்கிவிட்டார்கள். கையில் பேரேடுடன் பதறியடித்து மேடை யிலிருந்து இறங்கி ஓடிவிட்டார். அம்சாவோடு டூயட் கேட்குதா ஒனக்கு என வேப்பங்காட்டுக்காரியிடம் வெளக்குமாத்து பூசையை வாங்க அவர் தயாரில்லை. காஞ்சனா நந்த குலத்து அவையில் மன்னனின் முன்பு வெள்ளை உடையில் ‘ஓ ரசிக்கும் சீமானே...’ ஆடினாள். ஸ்கிரீன் இழுப்பவர்கள் இருபக்கமும் மறைந்து நின்று பூச்சிமருந்து அடிக்கும் மெஷினில் தண்ணீரை நிரப்பி அவள் மீது மழையாகப் பொழிந்தனர். காஞ்சனாவின் மூலதனங்கள் துலங்கின. முன்வரிசை சிறுவர்கள் கும்பலாக எழுந்து நின்று ஒன்ஸ்மோர் கேட்டு கதறினார்கள். க்ளைமாக்ஸ் வரை காத்திருந்தால், சந்திரகுப்த மௌரியர் அவையிலும் ஒரு மழை டான்ஸ் உண்டு என மைக்கில் அறிவித்தார்கள். எவன் போவான் வீட்டுக்கு.

சிறுவன் என்பதால் உயரம் குறைவான மைக் ஏற்பாடு செய்திருப்பார்களென எதிர்பார்த்திருந்தேன். மைக்குகள் ஏழடி உயரத்தில் அந்தரத்தில் தலைகீழாகக் கட்டித் தொங்கவிடப் பட்டிருந்தன. சேர்மக்கனி அண்ணனிடம் கதறினேன். “மூதி... நீ எங்க நின்னு கத்தினாலும் கேக்கும்ல” என ஒரே வரியில் என் நடிப்புத் திறமையை உதாசீனப்படுத்திவிட்டார். அதைக்கூட தாங்கிவிட்டேன். அம்சமாலா கதைப்படி மகாராணியார். அதாவது எனக்குத் தாயார் என்பது தெரியவந்தபோதுதான் மனமுடைந்து அழுதேன்.

நான் நன்றாகவே நடித்தேன். பழத்தைத் தின்றதும் (விஷம் செலுத்திய ஆப்பிளாக நடிக்க வேண்டிய ஆப்பிளை எவனோ ஒரு குடிகாரப்பக்கி தின்றுவிட்டதால், கதலிப் பழம்) மயங்கி விழுந்து கெண்டை மீனைப்போலத் துள்ளி துடிதுடித்து இறந்தேன். சும்மாவா

உயிர் பிரிவது அம்சமாலா மடியிலல்லவா... சீன் முடிந்ததும் "ஏம்ல கெடந்து சாடுத.. தொட்டி.." என முறைத்தாள். நாகர்கோவில்காரி... அதான் அழகா இருக்கா என நினைத்துக்கொண்டேன்.

ஒருவழியாக அதிகாலையில் நாடகம் முடிந்தது. நடிகர்கள் அனைவரையும் நிற்க வைத்து திருஷ்டி சுத்தினார்கள். கோவில் தர்மகர்த்தா அனைவருக்கும் சால்வை போர்த்தினார். குரூப் போட்டோ எடுத்துக்கொண்டோம். "இளவரசே! என் மடியில் அமர்ந்துகொள்ளுங்கள்" என கரகாட்டக்காரன் புகழ் சண்முகசுந்தரம் என்னை மடியில் இருத்தி படம் எடுத்துக்கொண்டார். பெருமையாக இருந்தது. சேர்மக்கனிக்கு என் ஓவர் ஆக்டிங் பிடிக்கவில்லையென்பது தெரிந்தது. ஒரு நடிகரின் டச்சப் என்னை நெருங்கி என் பெயரை ஆர்வமுடன் விசாரித்தார். "நல்லா நடிக்க தம்பி... சினிமாவுல நடிப்பீயா..." நான் வியப்புடன் அவரைப் பார்த்தேன். "ஒன்ன மாதிரி சைல்ட் ஆர்ட்டிஸ்டுக்கு நல்ல டிமாண்டு உண்டு... நீ ஒண்ணு பண்ணு இந்த அட்ரஸுக்கு உன்னோட போட்டோஸ் அனுப்பி வை... எனக்குத் தெரிஞ்ச டைரக்டர்ஸ்கிட்ட சொல்றேன்"

தமிழ்நாட்டில் ஒருவனுக்கு சினிமாவில் நல்ல எதிர்காலம் உண்டு எனச் சொல்வது வைக்கப்படப்பிற்குத் தீ வைப்பது போல. எரிந்து நாசமானால் அன்றி அணையாது.

எட்டாங் கிளாஸ் பி. முந்தைய இரவு ரோஸ் பவுடர் மேக்கப், காதோரம் சுழித்து வரையப்பட்ட கிருதா அழிக்காமல் வகுப்பில் உட்கார்ந்திருந்தேன். நாடகத்தில் நடித்தால் இரண்டு நாட்களுக்கு மேக்கப் அழிக்கக்கூடாது. அப்போதுதான் வகுப்பில் பஜாரில் பார்க்கிறவர்கள் சட்டென நினைவு வந்து "ஏய் நீ நல்லா நடிச்சடே" எனப் புகழ்வார்கள். லேசில் விட முடியுமா அந்தப் புகழை. கூடவே இன்னொரு காரணம் உண்டு. பெண் பிள்ளைகளுக்கு நாடகம் பேச்சுப்போட்டிகளில் நடிக்கிறவனை விட டான்ஸ் ஆடுகிற பையன்களைத்தான் ரொம்பவும் பிடிக்கும். டான்ஸில் சேருவதென்றால் ஃபுல் கை டிசர்ட் மற்றும் அன்று லாங்ஸ் என்றழைக்கப்பட்ட பேண்ட், பூட்ஸ் ஆகியன இருக்கவேண்டும். நிகழ்ச்சி அன்று தலைக்கு ஷாம்பூ போட்டு குளித்து சலூனில் ஹீட்டர் போட ஐந்து ரூபாயும் வேண்டும். மேற்படி சமாச்சாரங்கள் நான்கும் என்னிடம் இல்லை. ஆகவே டான்ஸுக்கு எடுக்கமாட்டார்கள். வழக்கமாக டான்ஸ் ஆடும் குணபால், டென்னிஸன் போன்றவர்களுக்கு நான் விரைவில் சினிமா நட்சத்திரமாகப் போகிறவன் என்பதை குறிப்புணர்த்தும்

கட்டாயமும் இருந்தது. “லேய் அம்சாக்க மவனே” என இஸ்மாயில் பொடதியில் அடித்தான். “அவளுக்க முலைய அமுக்கிட்டியாமா.. கேள்விப்பட்டேன்” என்றான் எட்டாவது வகுப்பை நான்காவது முறையாக எதிர்கொள்ளும் கடைசி பெஞ்ச் முண்டானி என்கிற முனியப்பன். எனக்கு அழுகையே வந்துவிட்டது. ‘இருங்கடா.. சீக்கிரமே நான் யாருன்னு உங்களுக்கெல்லாம் காட்டறேன்...’

பகலெல்லாம் கனவில் ஆழ்ந்திருந்தேன். ‘ஐயாம் எ லிட்டில் ஸ்டார்’ என எகிறி ஆடும் சிம்புதான் அப்போது ஒரே சைல்ட் ஆர்ட்டிஸ்ட். நானும் அவரைப் போலவே மஸ்ரூம் கிராஃப் வெட்டிக்கொள்ள வேண்டுமென ஆசைப்பட்டேன். அப்பா தரும் வாரத்திற்கு இருபது பைசா பாக்கெட் மணியில் போஸ்ட் கார்டுதான் வாங்க முடியும். அன்புள்ள சுரேஷ் அண்ணாவிற்கு என ஆரம்பித்து என் குடும்பம் உடன் பிறந்தோர் விபரங்களை எழுதி முதலில் ஒரு போஸ்ட் கார்டு அனுப்பினேன். ஒருவன் தன் வாழ்நாளில் பப்ளிக் எக்ஸாம் எழுதவோ பேங்கில் லோன் வாங்கவோதான் புகைப்படம் எடுத்துக்கொள்ள வேண்டுமென்பது எங்கள் ஊரின் எழுதாத விதி. கூடவே இருபது பைசா இருபது பைசாவாக சேர்த்துக்கொண்டு ஃபோட்டோ எடுத்து அனுப்புவதெல்லாம் நடக்காத வேலை. ஒரே வழி வீட்டில் இருக்கும் ஆல்பத்தில் உள்ள படங்களை அனுப்புவதுதான் என முடிவு செய்தேன். அப்பாவுக்கு வரும் வர்த்தகக் கடிதங்களில் போஸ்ட்மேனின் அஜாக்கிரதையால் சரிவர சீல் அடிக்கப்படாத ஸ்டாம்புகளைக் கவனமுடன் பிரித்து புகைப்படங்களை அனுப்ப ஆரம்பித்தேன். பதிலே இல்லை. சரி ஏதாவது படப்பிடிப்பில் இருப்பார்களென ஒரு மாதம் அமைதியாக இருந்தேன். ஞாயிற்றுக்கிழமை தூர்தர்ஷன் படங்களில் காஜா ஷெரீப்பை பார்க்கும்போதெல்லாம் கலைதாகத்தில் தொண்டை வறளும். மீண்டும் நீண்ட நீண்ட கடிதங்களுடன் படங்கள் அனுப்ப ஆரம்பித்தேன். ஒண்ணாங்கிளாஸில் அன்னம்மா டீச்சருடன் எடுத்துக்கொண்ட குரூப் போட்டோ மட்டும்தான் மிச்சம். அதிலும் என் முகத்தைப் பேனாவால் வட்டமிட்டு அனுப்பி வைத்தேன். பதிலே இல்லை.

நான் மிகவும் சோர்ந்துவிட்டேன். இடையில் வீட்டு ஆல்பத்தில் இருந்த படமெல்லாம் எங்கேடா எனக் கேட்டு அக்கா மிரட்ட ஆரம்பித்தாள். என் நம்பிக்கைகள் முற்றாகத் தளர்ந்தன. ஆருயிர் நண்பன் ஐந்து வீட்டு மணிதான் திடீரென கேட்டான். “அத்தன லெட்டர் போட்டியே... ஃப்ரம் அட்ரஸ் எழுதினியாடா...” நான் வியப்புடன் “அப்படின்னா...?”

அன்புள்ள சுரேஷ் அண்ணா, இத்தனை நாள் கடிதம் எழுதின நான் என்னுடைய அட்ரஸை உங்களுக்குச் சொல்லாமல் விட்டுவிட்டது எவ்வளவு முட்டாள்தனம் என்பது இப்போதுதான் புரிகிறது. என்னிடம் வேறு படங்கள் இல்லை. அரையாண்டுத் தேர்வு லீவில் எப்படியாவது மெட்ராஸ் வந்து உங்களைப் பார்க்கிறேன். இப்போது நல்ல டான்ஸும் ஆடுவேன். பேச்சுப்போட்டியில் மாவட்ட அளவில் முதலாவது வந்திருக்கிறேன். அன்புடன், செல்வேந்திரன், 23/25 நின்றசீர் நெடுமாறன் தெரு, நெல்லை டவுண்.

கடைசி போஸ்ட் கார்டுக்குப் பதில் வந்தது. ஒரு பெரிய கவரில் கொட்டை எழுத்துக்களில் என் பெயர் எழுதப்பட்டிருந்தது. எனக்கு வந்த முதல் கடிதம். அவசரமாகக் கிழித்தேன். உள்ளே நான் இதுவரை அனுப்பிய படங்கள் கடிதங்கள் இருந்தன. சில கவர்கள் திறக்கப்பட கூட இல்லை.

அன்புள்ள தம்பி, நான் சிந்தாதிரிப்பேட்டை போஸ்ட்மேன். நீ இதுநாள் வரை கடிதங்கள் அனுப்பிய முகவரியே மெட்ராஸில் கிடையாது. விலாசம் தவறானது. அனுப்புனர் விலாசம் இல்லாததால் கடிதங்கள் திருப்பி அனுப்பப்படாமல் அலுவலகத்திலேயே இருந்தன. தொடர்ந்து கடிதங்கள் வந்ததால் சில கடிதங்களைப் பிரித்து படித்துப்பார்த்தேன். பாவமாக இருந்தது. உன்னைப் போன்ற மாணவர்கள் வாழ்க்கையில் படித்து முன்னேறி பெற்றோர்களுக்குப் பெருமை தேடித்தர வேண்டும். சினிமா ஆசையால் கிளம்பி வந்து மெட்ராஸில் சீரழியும் சிறுவர்கள் ஆயிரக்கணக்கில் இருக்கிறார்கள். ஒழுங்காகப் படி. உனது படங்களை உன்னிடமே அனுப்பியுள்ளேன். இந்தக் கடிதத்திற்குப் பதில் எழுத வேண்டாம்.

என் கையில் நாங்கள் எடுத்த குரூப் போட்டோ இருந்தது. அதில் கரகாட்டக்காரன் சண்முகசுந்தரம் மடியில் நான் கூச்சத்துடன் காமிராவைப் பார்த்துக்கொண்டிருந்தேன். சுரேஷ் அண்ணன் என்னை ஏமாற்றியிருப்பார் என நான் நினைக்கவில்லை. நடிகர் சண்முகசுந்தரத்தைப் பார்த்தால் அவர் என்னவானார் என விசாரிக்க வேண்டும்.

துப்பாக்கி தேவை

தாட்சாயிணி,

நீ சொன்னாய் என்பதற்காகத்தான் உனது அப்பாவிடம் பேசிப் பார்க்கலாம் என்ற முடிவுக்கு வந்தேன். "அலுவலகத்தில் இருக்கிறேன், நீல்கிரிஸில் சாயங்கலாம் சந்திக்கலாம்" என உன் தகப்பன் தொலைபேசியில் சொன்னபோது கடமை தவறாதவனின் மகளைத்தான் காதலித்திருக்கிறோம் என இறுமாந்திருந்தேன்.

சொன்னபடி ஐந்து மணிக்கெல்லாம் வந்தமர்ந்த உனது அப்பனைப் பார்த்தபோது 'எருமை மாட்டிற்கு மான் குட்டி எப்படி பிறந்தது?!' என்ற கவிதைதான் நினைவிற்கு வந்தது. மான்குட்டி என்ற வர்ணனை உனக்கு அதிகபட்சம் என்றாலும் எருமை மாடு என்பது உனது அப்பனுக்கு மிகக் குறைந்தபட்சம்தான். அந்தக் கடையில் பில் போடுவதற்காக இருந்த கம்ப்யூட்டரைத் தவிர மீதம் இருந்த அனைத்தையும் தின்று தீர்த்துவிடும் வெறி அவரது கண்களில் மின்னியதை நான் கவனிக்கத் தவறிவிட்டேன். சரி, எதையாவது சாப்பிட்டுவிட்டு பேச்சைத் துவங்கலாம் என சர்வரை அழைத்தேன். அதற்குப் பின் உனது அப்பனின் கைங்கர்யத்தால் சமையல் கட்டிற்கும் டேபிளிற்கும் இடையே சுமார் ஐம்பது ஓட்டங்கள் எடுத்தான் சர்வர். ராயப்பாஸிலும், தலப்பாகட்டியிலும் நீ ஃபுல் கட்டு கட்டுவது ஒரு ஜெனடிக் பிரச்சனை என்பதைக் கண்டுகொண்டேன். வேழ முகம்தான் இல்லையே தவிர பேழை வயிறு இருக்கிறது உன் பரம்பரைக்கே...

அவரது வேட்டையை முடிவுக்கு கொண்டுவர இயலாதவனாக கையறு நிலையில் இருந்தபோது, "தம்பி இப்பல்லாம் முன்ன

மாதிரி சாப்பிட முடியறதில்லபா... வயசாச்சில்ல...” என திருவாய் மலர்ந்தார். திடப் பொருட்களிலிருந்து ரோஸ்மில்க் போன்ற திரவப் பொருட்களுக்கு மாறினார். அப்பாடா, முடித்துவிட்டார் என்ற ஆசுவாசத்தை “ஒரு கஸாட்டா” என்ற வார்த்தையில் உடைத்தார். கஸாட்டாவும், ஜர்தா பீடாவும் சாப்பிடுவதில்லை என்பதைத் தவிர திருச்செந்தூர் கோவிலில் உண்டைக்கட்டிக்குக் காத்திருக்கும் கோவில் யானைக்கும் உனது அப்பனுக்கும் ஆறு வித்தியாசங்கள்கூட இல்லை. “தம்பி எப்ப சாப்பிட்டாலும் கடைசியா ஒரு ஐஸ்க்ரீம் சாப்பிடுறது நல்லதுப்பா” என்ற அவரது கூற்றில் இருந்த ‘கடைசியா’ எனும் வார்த்தைதான் எனக்கு வாழ்வின் மீது நம்பிக்கையை ஏற்படுத்தியது.

“சார், நான் உங்க பொண்ணை விரும்புறேன். அவளையே கல்யாணம் பண்ணிக்க ஆசைப்படுறேன். அது விஷயமாப் பேசத்தான் உங்களுக்கு போன் பண்ணினேன்” என்று மெல்ல பேச்சைத் துவங்கினேன். “அப்ப போனவாரம் இதே விஷயமாப் பேச ஆனந்த பவனுக்கு வந்தது நீங்க இல்லையா தம்பி?!” என ஆச்சர்யமாக அவர் கேட்டபோதுதான், மொத்தக் குடும்பமும் இரை எடுப்பதற்கென்றே எவனையாவது இரையாக்குவதை புரொபஷனல் டச்சோடு செய்கிறீர்கள் என்பதை உணர்ந்தேன். “தம்பி இது பெரிய விஷயம், ஒரு நாளில் பேசித் தீர்த்துவிட முடியாது. நீங்க ஒண்ணு பண்ணுங்க... நாளக்கி சாயங்காலம் அன்னபூர்ணா வந்துடுங்க... அப்ப பேசிக்கலாம்” என்ற உனது தகப்பனைக் கொலை செய்ய அந்த நேரம் என்னிடம் துப்பாக்கி இல்லாமல் போனது துர்பாக்கியமே.

– பிரதியங்காரக மாசான முத்து

தூஸ்ரா

ஒரே ஓவரில் ஆறு சிக்ஸர்கள் சாதனையை பலமுறை செய்தவன் 'யார்க்கர்' ஆறுமுகம். அடித்து அல்ல, கொடுத்து! 'யார்க்கர்' ஆறுமுகம் பந்து வீசுகிறான் என்றால் எத்தனை சோப்ளாங்கி பேட்ஸ்மேனும் ஒரு காட்டு காட்டாமல் இருந்ததாகச் சரித்திரம் இல்லை. குத்துப்போனியை குப்புறக் கவிழ்த்தாற்போன்ற உடல்வாகும், சித்திரக்குள்ளர்களையொத்த கரங்களும் உடைய 'யார்க்கர்' ஆறுமுகம் ஒரு பந்து வீச்சாளராகப் பரிணமிக்க வேண்டுமென்கிற மோசமான முடிவை எப்படித்தான் எடுத்தானோ தெரியவில்லை.

தூர்தர்ஷனின் நேரடி ஒளிபரப்புகளாலும், ரப்பர் பந்துகளின் எழுச்சி யினாலும்(!) ஸ்ரீவைகுண்டம் பேரூராட்சிக்குட்பட்ட பகுதிகளில் வீட்டுக்கொரு வீரமகன் மட்டை ஏந்திக் கிளம்புவதை எந்த சக்தியாலும் தடுக்கமுடியாமல் போய்விட்டது. அப்படி உருவான அமெச்சூர் அணிகளின் பொருளாதாரப் பிரச்சனைகளைத் தீர்த்துவைக்க புரவலர்கள் தேவைப்பட்டார்கள். மேற்படி புரவலர்கள் பதில் மரியாதையாக கேப்டன், ஓபனிங் பவுலர், ஓபனிங் பேட்ஸ்மேன், களைப்புற்ற தருணங்களில் விக்கெட் கீப்பர் போன்ற பதவிகளை ஏக போகமாக அனுபவிப்பது வழமை.

பத்து ரூபாய்க்குப் பந்து வாங்க பதினெட்டு பேரிடம் வசூல் செய்யவேண்டிய அவல நிலையில் இருந்த எங்கள் அணிக்கு வரப்பிரசாதமாக வந்து சேர்ந்தான் ஆறுமுகம். எங்களைவிட நான்கைந்து வயது பெரியவன். தங்க நகைக்கூடம் ஒன்றில் வேலை செய்துவந்தான். இரவெல்லாம் தங்கப் பட்டறையில் கண்விழித்து தட்டிதட்டி... சேர்த்த 'சில்வான' தங்கத்தை பகலில் காசாக்கி, காசை பந்தாய், பேட்டாய், ஸ்டெம்பாய், கிளவுஸாய், பல்மிருகமாய் மாற்றுகிற வித்தை தெரிந்தவன் அவன்.

மாபெரும் வட்டார அளவிலான டோர்ணமெண்டுகளுக்கான நுழைவுக்கட்டணத்தை அவனே செலுத்துவான். டிரக்கரில் வந்து இறங்கினால்தானே அணிக்கு மரியாதை! வாகனச் செலவும் அவனுடையது. ஆட்டம் தொடங்குவதற்கு முன்னரே அணியினர் ரஸ்னா, சர்பத் போன்ற உற்சாக பானங்களை எதிர்பார்ப்பார்கள். ஆட்ட இடைவேளையின்போது பச்சை வாழைப் பழங்கள் கட்டாயம் உண்டு. தோற்றாலும் ஜெயித்தாலும் மறக்காமல் மத்தியான சாப்பாடு என அணியின் அத்தனைப் பிரச்சனைகளுக்கும் முகம் சுளிக்காமல் செலவு செய்வான் ஆறுமுகம். இத்தகுதியின் காரணமாகவே சின்னாட்களில் அணித்தலைமைப் பதவியை அவனுக்கே எழுதி வைத்தார்கள்.

ஆறுமுகத்தின் பிரச்சனைக்குரிய ஏரியா பவுலிங்! எந்த சக்தி தடுத்தாலும் மேட்சுக்கு நான்கு ஓவர்கள் வீசியே தீருவான். நாற்பது முதல் அறுபது ரன்கள் வரை அன்பளிப்பான். பத்து மேட்சுக்கு ஒரு விக்கெட்டை எடுப்பதுண்டு. அதுவும் எவனாவது ஒரு பீல்டர் உயிரை வெறுத்து காற்றில் பறந்து கேட்ச் பிடித்தால்தான் உண்டு. 90களின் மத்தியில் ஆறுமுகம் பந்தில் சிக்ஸர் அடிக்காத பேட்ஸ்மேன்கள் தூத்துக்குடி வட்டாரத்திலேயே இருந்ததில்லை. ஒரு கிரிக்கெட் போட்டித்தொடரைத் துவக்கி வைக்க எழுபது வயதைக் கடந்த கவுன்சிலர் வந்திருந்தார். இதுமாதிரிப் போட்டிகளை ஓரிரு பந்துகளை பேட் செய்து துவக்கி வைப்பதுதானே மரபு. அப்படி மட்டை பிடித்தவருக்கு ஆறுமுகம் பந்து வீசினான். சிக்ஸர்!

இப்பேர்ப்பட்ட ஆறுமுகத்துக்கு ‘யார்க்கர்’ எனும் அடைமொழி வந்து சேர்ந்த வரலாறு சுவாரஸ்யமானது. பந்து வீச்சாளராகிப் பல மாதங்களாகியும் தன் முதல் விக்கெட்டை வீழ்த்தாத சோகத்தில் இருந்தான் ஆறுமுகம். ஆவுடையார்புரம் அணிக்கு எதிராக விளையாடச் சென்றிருந்தோம். அவர்கள் அணியில் ஒன்பது பேர்தான் இருந்தார்கள் என்பதால் முதலில் பேட் செய்யும் வாய்ப்பினை அவர்களுக்கு வழங்கினோம். அவர்கள் வழக்கம்போல ஆறுமுகத்தின் ஓவரை நாயடி அடித்தாலும் பிற பவுலர்களின் ஓவர்களில் உண்டை வாங்கித் தின்று எட்டு விக்கெட்டுக்களை இழந்தார்கள். ஒன்பதாவது விக்கெட்டாக மாடு மேய்த்துக்கொண்டிருந்த ஏசுவடியானை முதல் முறையாக கிரிக்கெட் உலகிற்கு அறிமுகப்படுத்தினார்கள். தன் இறுதி ஓவரை வீச வந்தான் ஆறுமுகம். மட்டையை ஒரு மார்க்கமாகப் பிடித்துக்கொண்டு எதிர்முனையில் ஏசுவடியான். ஓடிவந்த ஆறுமுகத்தின் கையில் இருந்த பால் நழுவி ஆகாய மார்க்கமாகப் பயணித்தது. முன்

பின் அது மாதிரியான பந்தினை எதிர்கொண்டிராத ஏசுவடியான் இரண்டு நிமிடங்கள் முன்னதாகவே மட்டையைச் சுழற்றிவிட பந்து சொத்தென்று ஸ்டெம்பில் விழுந்தது. இரண்டு கைகளையும் காத்தாடி போல விரித்துக்கொண்டு ஓர் அரக்கனைப் போல கர்ண கடூர சத்தம் எழுப்பியபடி மொத்த மைதானத்தையும் சுற்றி வந்த ஆறுமுகம் விக்கெட் கீப்பராக நின்றிருந்த என்னைப் பார்த்துக் கேட்டான், “மாப்ள நம்ம ‘யார்க்கர்’ எப்பூடி?!” அந்த அற்புதக் கணத்திலிருந்து ‘யார்க்கர்’ ஆறுமுகம் என்று அன்போடு அழைக்கப்பட்டான் ஆறுமுகம். ‘லிட்டில் டைகர்ஸ்’ என்றிருந்த அணியின் பெயரும் நாளடைவில் மருவி அவனது பெயரினாலேயே அழைக்கப்பட்டது.

அவனது உருவத்திற்கு லென்த் பாலாக வீச முடியவில்லை. முயற்சித்தால் இரண்டு, மூன்று முறைகள் பிட்ச் ஆகி நாராசமாகியது. ஃபுல்டாஸாக பந்தை உருவிவிட மட்டுமே முடிந்தது. இந்த இயற்கைப் பிரச்சனையைத் தாண்டி ‘யார்க்கர்’ எனும் பந்தைப் பற்றிய அவனது புரிதல் முற்றிலும் தவறானதாக இருந்தது. ஸ்டெம்புகளைக் குறி வைத்து ஏறியப்படும் டாஸ் பால்தான் யார்க்கரென அவன் உறுதியாக நம்பினான். வழக்கமான பந்துகளை விட அதிவேகமாக, உயரம் குறைவாக கால்களுக்கும் ஸ்டெம்புகளுக்கும் மத்தியில் ‘பிட்ச்’ ஆகி ஸ்டெம்புகளை பதம் பார்ப்பதுதான் யார்க்கர் என்பதைப் படம் போட்டு விளக்கியும் நம்பினானில்லை. துரதிர்ஷ்டவசமாக இந்தியா விளையாடும் ஆட்டங்களை மட்டுமே பார்க்கிற பக்கிப்பயலாக இருந்தான் ஆறுமுகம். என்றைக்காவது ஒருநாள் ஸ்ரீநாத்தோ, வெங்கடேஷ் பிரசாத்தோ யார்க்கர் வீசினால் அதன் மூலம் புரியவைத்துவிடலாமென வாடி இருக்கும் கொக்கைப் போல காத்திருந்தோம். கடைசி வரை அவர்கள் யார்க்கர் வீசவுமில்லை. ஆறுமுகம் தெளிந்த பாடும் இல்லை.

‘குறைந்தது இரண்டு பந்துகளையாவது டிஃபென்ஸ் ஆடிவிட்டுத்தான் ரன் கணக்கைத் துவக்க வேண்டும் என்பதுதான் ஒரு நல்ல பேட்ஸ்மேனுக்கு அடையாளம்’ என்பது அவனது மற்றொரு அறுதியான முடிவு. அதெல்லாம் நல்ல பேட்ஸ்மேனுக்குத்தாண்டா உனக்கு இல்லை என்று சொன்னதற்காக வடக்குத்தெரு முருகேசனை அணியிலிருந்தே நீக்கினான் என்பதால் நான் மாற்றுக்கருத்து எதுவும் சொல்லவில்லை. இன்னும் இதுமாதிரி எத்தனை அபிப்ராயங்கள் வைத்திருக்கிறானோ என்ற பயத்தால் அவனோடு அதிகம் கிரிக்கெட் பேசுவதில்லை.

அணியிலிருந்த பொட்டுக்கருப்பட்டிகளுக்குப் பதிலாக வெளியூரிலிருந்து நல்ல பிளேயர்களை வரவழைத்து விளையாடிய டோர்ணமெண்டில் முதல் முறையாக அரை இறுதி தாண்டினோம். 'யார்க்கர்' ஆறுமுகம் வாரி வழங்கிய ரன்களையெல்லாம் வெளியூர்க்காரர்கள் ரத்தம் சிந்தி அடித்துக்கொடுத்தார்கள். இறுதிப்போட்டி எங்களின் பரம வைரியான ஆவுடையார்புரத்துக்காரர்களோடு.

முதலில் துடுப்பெடுத்து ஆடி அவர்கள் சேர்த்த ஓட்டங்கள் 90. அடுத்து ஆடிய நாங்கள் நான்கு விக்கெட்டுகளை இழந்திருந்தாலும் வெற்றி இலக்கை நெருங்கிக்கொண்டிருந்தோம். மூன்று பந்துகளுக்கு இரண்டு ரன்கள் தேவைப்பட்ட நிலையில் ஐந்தாவது விக்கெட்டை இழந்தோம். யாரும் எதிர்பார்க்காத தருணத்தில் யார்க்கர் ஆறுமுகம் மட்டையோடு களம் கண்டான். எங்களுக்கு குப்பென்று வியர்த்துவிட்டது. அம்பயரிடம் 'கார்டு' கேட்டு லெக் ஸ்டெம்பிற்கு நேரே கோடு கிழித்துக்கொண்டான். இடப்புறம் திரும்பி ஃபீல்டர்களை விரல் விட்டு எண்ணினான். மைதானம் நிசப்தமாக இருந்தது. எங்கள் படபடப்பு அதிகரித்தது. முதல் பந்து ஆஃப் ஸ்டெம்புக்கு வெளியே சுளையாக வீசப்பட்ட ஷார்ட் பிட்ச் பால்! அதை வெல் லெஃப்ட் முறையில் அனாயசமாக நிராகரித்தான். எதிரணி கொக்கரித்து அடங்கியது. ஒரு பால்! இரண்டு ரன்கள்! எங்கள் ரத்தம் கொதித்து கொதித்து அடங்கிக்கொண்டிருந்தது. ஆட்டம் பார்க்க வந்திருந்த ஊர்க்கார பெருசுகள், “லேய் மாப்பிள அடிச்சி ஊர்மானத்த காப்பாத்துடா...” எனக் கதறினார்கள். பாதி பிட்ச் வரை வந்து மட்டையால் மெல்லக் குத்தினான். திரும்பவும் அம்பயரிடம் 'கார்டு' கேட்டான். இந்த முறை ஆஃப் திசையில் நின்றிருந்த ஃபீல்டர்களை விரல் விட்டு எண்ணினான். இறுதிப்பந்து அல்வாத்துண்டாய் இடது காலை நோக்கி வந்த ஃபுல் டாஸ். அதை தரைக்குள் புதைக்கும் உத்வேகத்துடன் அருமையாகத் தடுத்தாடினான். கால்களுக்கு இடையே பிரேதம் போலக் கிடந்தது பந்து.

பாதி பிட்ச்சைக் கடந்துவிட்ட ரன்னர் “ஓடுறா... ஓடுறா...” என்றான். யார்க்கரோ தன் பவளவாய் திறந்து “ந்நோ..!”. அதற்குள் நிதானமாகப் பந்தைப் பொறுக்கியெடுத்து ஸ்டெம்பில் அடித்து கோப்பையை வாங்கிவிட்டார்கள் பூவுடையார்புரத்துக்காரர்கள். எங்கள் கால்களுக்குக் கீழே பூமி நழுவுவதைப் போலிருந்தது. சோகம் ததும்பிய இறுகிய முகத்தோடு எதிராளிகளின் கொண்டாட்டத்தைப் பார்த்துக்கொண்டிருந்தபோது என்னிடம் வந்த யார்க்கர்

"என்னை என்ன ரன்னுக்கு அலையற பறக்காலிப்பயன்னு நெனைச்சிங்களா...?!" என்றான். "பளார்!"

அன்றிரவே அணித்தலைமை மாற்றப்பட்டது. "இந்தத் தரித்திரம் பிடிச்ச பேர மாத்திட்டு வேற பேரு வைங்கடே" என்றான் அணிக்குள் திரும்ப இடம்பெற்றிருந்த வடக்குத்தெரு முருகேசன். அவனது அபிப்ராயம் ஏகமனதாக ஏற்கப்பட்டு 'யார்க்கர் ஆறுமுகம்' கெஸட்டில் நீக்கப்பட்டு 'லெவன் ஸ்டார்' எனும் புதிய நாமகரணம் சூட்டப்பட்டது. இனிமேல் தான் கிரிக்கெட் விளையாடப்போவதில்லை என சிமிட்டான் மூலம் சொல்லியனுப்பினான் 'யார்க்கர்' ஆறுமுகம். கிரிக்கெட்டைத்தான் விட்டானே தவிர அடைமொழியை அவனால் விட முடியவில்லை. வீட்டுக்கு வீடு முருகப்பெருமான்கள் எழுந்தருளியிருந்ததனால் அவனை 'யார்க்கர் ஆறுமுகம்' என்றே யாவரும் அழைத்தனர். கல்யாணப் பத்திரிகையில்கூட திருநிறைச்செல்வன் 'யார்க்கர்' ஆறுமுகம் என்றே இருந்தது. கன்னத்தில் அறைந்துவிட்ட கோபத்தில் என்னோடு பேச்சை சுத்தமாக நிறுத்திவிட்டான் ஆறுமுகம்.

ஏழெட்டு வருடங்களுக்குப் பிறகு ஊருக்குப் போயிருந்தேன். வழக்கமாகக் கூடும் சத்தியார் கோவில் மைதான சுற்றுச்சுவரின் மேல் நண்பர்களுக்காகக் காத்திருந்தேன். பொட்டுப்பொடிசுகள் கிரிக்கெட் ஆடிக்கொண்டிருந்தார்கள். பொடியன் ஒருவன் பவுலிங் என்ற பெயரில் காட்டுத்தனமாக எறிந்துகொண்டிருந்தான். வேகம் தாங்காமல் கையிலும் காலிலும் அடிவாங்கி ஸ்டாம்புகளைப் பறிகொடுத்துக்கொண்டிருந்தார்கள் லிட்டில் ஸ்டார்கள். பொடியனைக் கூப்பிட்டேன்.

"ஏண்டா... எறிபந்தாடா நடக்குது... ஒழுங்கா பவுலிங் போட்டு பழகவேண்டியதுதானே...?!"

"நா ஒண்ணும் எறியல... இது தூஸ்ரா..." அவிழும் டவுசரை அரைஞாண் கொடிக்குள் சொருகிக்கொண்டே சொன்னான் பொடியன்.

"ஹா... ஹா... இது தூஸ்ராவா... எவம்லே சொன்னது?"

"எங்கப்பாதான் சொன்னாரு..."

"யாருலே உங்க அப்பன்?!"

"யார்க்கர் ஆறுமுகம்"

அறிவினில் உறைதல்

எடுத்த எடுப்பில் வியாபாரம் பேசுவது என் வழக்கமல்ல. மரியாதை நிமித்தமான சந்திப்பு என அறிமுகம் செய்துகொண்டு, எதிராளி பற்றிய தகவல்களைக் கறந்து, இருவருக்குமான பொது நபர்களை / ரசனைகளைக் கண்டறிந்து உரையாடலை வளர்த்து... இவனுக்காக எதையும் செய்யலாம் எனும் மனநிலைக்கு வரும்போதுதான் மெல்ல படலையை அவிழ்ப்பேன். அப்படித்தான் அந்த மகளிர் பள்ளி தலைமையாசிரியரிடம் பேச்சைத் துவக்கினேன். சலுகை விலையில் ஆங்கில இதழ்களை வழங்குகிறோம். மாணவர்கள் அதனைப் பயன்படுத்திக்கொண்டு தங்களது மொழித்திறன் மற்றும் பொது அறிவினை அபிவிருத்தி செய்துகொள்ள முடியும் என்பதை அவருக்கு விளங்கவைப்பது என் திட்டம்.

தலைமையாசிரியருக்கு நல்ல தமிழ்ப்பெயர். அவரது அப்பா திமுகாவாக இருக்கக்கூடும் என உத்தேசித்தேன். அவர் ஆச்சர்யப்பட்டார். மேஜையில் பாலகுமாரனின் பொன்வட்டில் இருக்கக்கண்டேன். வரலாற்று நாவல் பிரியராக இருக்கக்கூடும் என மூளை சொன்னது. கல்கி, சாண்டில்யன், கடல்புறா, சிவகாமி சபதமென பேச்சை வளர்க்க வளர்க்க அவர் ஆர்வமானார். என்னிடம் சாண்டில்யன் விகடனில் எழுதியதெல்லாம் அந்தக் காலத்து பைண்டிங் வெர்ஷனாகவே இருக்கிறது. யார் தலையில் கட்டலாமென நெடுநாட்களாக ஆள் தேடிக்கொண்டிருந்தேன். அவருக்கு சாண்டில்யனின் கத்திச்சண்டைக் கதைகளை பரிசளிக்கிறேன் எனச் சொன்னேன். பூரித்துப்போனார்.

மெல்ல நான் வந்த நோக்கத்தினை சொன்னேன். கவனமாக கேட்டுக்கொண்டார். அவர் முகம் கொஞ்சம் கொஞ்சமாக இறுக்கமாவதைக் கவனித்தேன். சொல்லி முடித்ததும் கண்ணாடியைக் கழற்றிக்கொண்டு பேச ஆரம்பித்தார். "செல்வேந்திரன், நான் சொல்றேன்னு நீங்க தப்பா நினைக்காதீங்க. சின்ன இன்ஸிடெண்ட். அப்புறம் நீங்களே சொல்லுங்க..." பீடிகையுடன் ஆரம்பித்தார்.

வழக்கமா காலையில 11 மணிக்கு ஒரு ரவுண்ட்ஸ் போறது என் வழக்கம். க்ளாஸ் ரூம்ஸ், லேப், லைப்ரரி, கிரவுண்டெல்லாம் ஒரு விசிட் அடிச்சிடுவேன். இந்த அகாடமிக் இயர் ஆரம்பிச்ச புதுசு. பதினொன்னாம் கிளாஸ் வாசல்ல பொண்ணுங்க எல்லாம் முட்டிக்கால் போட்டுட்டு இருக்காங்க. மேத்ஸ் குரூப் பொண்ணுங்க. எனக்கு ஷாக். மொத்த க்ளாஸும் வெளியேதான் இருக்காங்க. ஒரு பொண்ணைக் கூப்பிட்டு என்னம்மா பிரச்சனைன்னு கேட்டேன். ஹோம் ஓர்க் பண்ணல மேடம்... அதான் மிஸ் எல்லாரையும் முட்டி போடுங்கன்னு சொல்லிட்டாங்கன்னுச்சி.

உங்களுக்கே தெரியும் செல்வேந்திரன்... பத்தாங்கிளாஸ்ல நல்ல மார்க் எடுத்தவங்களுக்குத்தான் மேத்ஸ் குரூப் கிடைக்கும். நல்லா படிக்கிறவங்களே ஹோம் ஓர்க் பண்ணலன்னா எப்படி?! எல்லாரையும் என் ரூமுக்கு வாங்கன்னு சொல்லி விசாரிச்சேன். ஒரு ஸ்டூடண்ட்டும் வாய் திறக்கல. ஏம்மா என்னம்மா பிரச்சனைன்னு நாடிய தாங்கி நல்லாத்த பண்ணியும் பதிலே வரல. சரி என்கிட்ட நேர்ல சொல்ல கூச்சமா இருந்திச்சுன்னா ஆளுக்கு ஒரு பேப்பர் தர்றேன். உங்க பேர அதுல எழுத வேணாம். ரீசன்ஸ் மட்டும் எழுதுங்கன்னு சொல்லிட்டேன்.

பிள்ளைகளும் ரீசன்ஸ் எழுதி கொடுத்துட்டாங்க. ஒருத்தி எழுதியிருக்கா 'கரண்டு இல்ல'; இன்னொருத்தி 'எங்கூட்ல சண்ட'; இன்னொருத்தி 'நாட்டு கிலிஞ்சி பேச்சி'; இன்னொருத்தி 'எனக்கு காச்ச, மண்டவலி'; அதிர்ந்துபோயிட்டேன் செல்வேந்திரன். இந்தப் பள்ளிக்கூடத்துல பத்து வருஷம் படிச்ச பொண்ணுங்களுக்கு தமிழ்ல ஒரு வாக்கியம்... அட ஒரு வார்த்தைகூட எழுத தெரியலீங்க... கடுப்பாயிட்டேன். இதுல தமிழ் மன்றம், முத்தமிழ் கழகம்னு ஆயிரத்தெட்டு வெட்டிச்செலவுகள். தமிழ் டீச்சரை கூப்பிட்டேன். எட்டுலருந்து பத்து வரைக்கும் அவங்கதான் தமிழ் எடுக்கறாங்க.

நான் கேட்ட எந்தக் கேள்விக்கும் பதிலே சொல்லல. குனிஞ்சே நிக்கிறாங்க. உங்களுக்கு என்ன பிரச்சனை?! வெளிப்படையா சொல்லுங்க... சரி பண்ணிடலாம்னு எவ்வளோ சொல்லிப்பார்த்தேன்

பதிலே வரல. சரி கட்ட கடைசிக்கு உங்களுக்கு என்கிட்ட நேர்ல சொல்ல விருப்பம் இல்லண்ணா... ஒரு பேப்பர் தர்றேன். எழுதிக்கொடுங்கன்னேன். அவங்களும் எழுதிக்கொடுத்தாங்க.

'நா ஒளுங்காத்தான் செல்லிக் கெடுத்தேன். எவலும் படிக்கள...'ன்னு இருந்திச்சு.

சொல்லி முடித்துவிட்டு என் முகத்தைப் பார்த்தார். நான் ஒன்றும் பேசாமல் நடையைக் கட்டினேன்.

திருடருடன் நான்

தினத்தந்தியில் இடம்பெற பரிபூரண தகுதிகளுடைய 'திடுக்'கிடும் சம்பவம் ஒன்று சில வருடங்களுக்கு முன்பு ஈரோடு பேருந்து நிலையத்தில் நடந்தது.

அப்போது நான் விகடன் ஊழியன். மீச்சிறு கிராமங்களில் கூட விகடன் கிடைக்கச் செய்யவேண்டும் எனும் முனைப்புடன் ஊர் ஊராகச் சென்று முகவர்களை நியமனம் செய்துகொண்டிருந்தேன். ஈரோட்டிலிருந்து அறச்சலூருக்குச் செல்லும் பேருந்தில் ஏறுகையில் நிகழ்ந்தது அந்தச் சம்பவம். படியேற முயன்ற என்னை நெட்டித் தள்ளியபடி ஒருவன் ஓடினான். தவறி கீழே விழப்போனவன் சுதாரித்து கம்பியை பிடித்துக்கொண்டேன். அவனது கரங்கள் முன்புறமாக சேர்த்து வைக்கப்பட்டு விலங்கு மாட்டப்பட்டிருந்தது. கைதி!

சரவல் எனில் சற்றும் தயங்காமல் பத்தடி பின்னால் பாயும் நான், வழக்கத்திற்கு மாறாக முன்னால் பாய்ந்தேன். பயணிகள் ஸ்தம்பித்து நிற்க அவன் நிறுத்தப்பட்டிருந்த பேருந்துகளுக்கிடையே புகுந்து புகுந்து ஓடினான். எப்படி வேண்டுமானாலும் வளைந்து குழையக்கூடிய ஒடிசல் தேகம் அவனுக்கு வாய்த்திருந்தது. பத்தே எட்டில் பேருந்து நிலைய வாசலுக்குப் போய்விடுவான். தோளில் காவியிருக்கும் வியாபாரப் பை பின்னாலிழுக்க, செருப்பு பிய்ந்து தெறிக்க, நான் மூச்சைப் பிடித்துக்கொண்டு தலை தெறிக்க அவனைத் துரத்தினேன். எனக்கும் அவனுக்கும் இரண்டடி இடைவெளி இருக்கையில் அவன் சட்டென்று நின்று சடாரென திரும்பினான். “தேவுடியா மவனே, பக்கத்துல வந்தா பிளேட

துப்பிடுவேன்...” என உறுமினான். முன்னோர் தவப்பயன். என் மூளை சட்டென்று வேலை செய்தது. தோளில் தொங்கிய வியாபாரப் பையினைக் கழற்றி அவன் மூஞ்சியில் எறிந்தேன். நிலை தடுமாறி கீழே விழுந்தான். சட்டென்று கூட்டம் அவன் மேல் பாய்ந்தது. கைதியின் காவலுக்கு உடன் வந்திருந்த இரண்டு போலீஸ்காரர்கள் மூச்சிரைக்க வந்து கூட்டத்தை விலக்கினர். ஒருவர் கைதியின் செவுளில் பொளெரென இரண்டு அறை விட்டார். மற்றொருவர் தாய்க்குலங்கள் தத்தம் காதுகளைப் பொத்திக்கொள்ள வைத்தார். எனக்கு எங்கிருந்தோ சோடா வந்தது. எல்லோரும் என்னைப் பாராட்டினார்கள். அல்லது நான் அப்படி நினைத்துக்கொண்டேன். என் கைகால் நடுக்கம் நின்று படபடப்பு குறைய கொஞ்சம் நேரம் பிடித்தது. திருட்டு வழக்கில் கைதானவன் என்று சொன்னார்கள். காவலர்கள் என் பெயர் விபரங்களைக் கேட்டு குறித்துக்கொண்டார்கள். பஸ் ஸ்டாண்டிலேயே கடை வைத்திருந்த ஒரு நாளிதழ் நிருபர் நடந்தவற்றை கேட்டுத் தெரிந்துகொண்டார். வேறு பஸ் கிடைத்து நான் கிளம்பும் வரை மாறி மாறி நன்றி சொல்லிக்கொண்டேயிருந்தார்கள்.

பஸ்ஸில் எனக்கு இருப்பு கொள்ளவில்லை. இந்நேரம் இந்தப் பரபரப்புச் சம்பவத்தால் ஈரோடு பற்றியெரிந்துகொண்டிருக்கும். இச்செயற்கரிய தீரச்செயலுக்காக என்னை நானே பலவாறு பாராட்டிக்கொண்டேன். கோவை திரும்பியதும் எனக்கு நானே பார்ட்டி கொடுத்துக்கொள்ளவும் முடிவு செய்தேன். “அடடா... ஒரு பாஸ்போர்ட் சைஸ் போட்டோவைக்கூட கொடுக்காமல் வந்துவிட்டோமே... நாளிதழ்கள் அழகாக பிரசுரித்திருக்குமே.. கைதியை விரட்டிப் பிடித்த இளைஞன்!; உயிரைப் பணயம் வைத்து திருடனைப் பிடித்த வாலிபர் – பொதுமக்கள் பாராட்டு!; தப்பிக்க முயன்ற கைதியை விரட்டிப் பிடித்த பத்திரிகையாளருக்கு கமிஷனர் பாராட்டு!” – விதம் விதமான தலைப்புகள் மனக்கண்ணில் மின்னின.

ஒருநாள் டூரை நீட்டித்து ஈரோட்டில் தங்கி மறுநாள் நாளிதழ்களைப் பார்த்துவிட்டுப் போனால் என்ன? பிரஃப் ரோடு கல்யாணி லாட்ஜில் அறையெடுத்து தங்கினேன். மறுநாள் நாளிதழ்கள் எதிலும் இந்தச் செய்தி இல்லை. சரி, ஒருநாள் கழித்து வரலாமென அன்றிரவும் தங்கினேன். செய்தி வரவில்லை. ஈரோடு முகவரிடம் நடந்த சம்பவத்தில் சில திடுக்கிடும் திருப்பங்களைச் சேர்த்துச் சொல்லி செய்தி பேப்பரில் வந்தால் கட்டிங்கை அனுப்புங்களென வேண்டுகோள் வைத்து ஊர் திரும்பினேன்.

ஆறு மாதங்கள் வரை செய்தி வரும் என மனதார நம்பினேன். இடைப்பட்ட காலத்தில் பேருந்து நிலையத்தில் ஒரு பெண் குழந்தை பெற்றாள்; கழிப்பறையில் லட்சக்கணக்கில் பணம் இருந்த பை கிடந்தது; மனநிலைப் பிறழ்வு உள்ள ஒருவர் பேருந்தை ஸ்டார்ட் செய்து ஓட்டினார்; பிரபல தாதா ஒருவன் வெட்டிக் கொலை செய்யப்பட்டான்; ஆளுங்கட்சிக்கு விரோதமான பத்திரிகை பார்சல்களை முகம் தெரியாதவர்கள் தீக்கிரையாக்கினார்கள். ஆனால், என்னுடைய சரித்திர சாதனை மட்டும் கடைசி வரை வரவேயில்லை. என் செருப்பு அந்துபோனதுதான் மிச்சம்.

கடந்த சில மாதங்களுக்கு முன் வார இறுதிக்கு ஊருக்குச் செல்லும் என் தங்கையை வழியனுப்ப காந்திபுரம் பேருந்து நிலையத்தில் இருந்தேன். நல்ல குளிர் இரவு. அவளது லேப்டாப் பையினை சீட்டில் வைத்துவிட்டு பேருந்து கிளம்பும் வரை முன்வாசலில் நின்று பேசிக்கொண்டிருந்தோம். பின்வாசல் வழியாக வேட்டி சட்டை அணிந்த முதியவர் ஒருவர் முதுகில் ஒரு லேப்டாப் பேக்கை சுமந்தபடி இறங்கினார். “வாட் ஏ காம்பினேஷன்” என சொல்லிச் சிரித்த எனக்கு சட்டென புத்திக்கு உறைத்தது. அது தங்கையின் லேப்டாப்! “ஐயா… பெரியவரே… சார்… யோவ்… டேய்..” நின்றாரில்லை. சிட்டாகப் பறந்தார். “வயதோ அறுபது… வாலிபர் போல் சுறுசுறுப்பு” கூட்டத்திற்குள் புகுந்து புகுந்து சென்றார். விரட்டிச் சென்று சட்டையைப் பிடித்து இழுத்தேன். எழுபது வயதிருக்கும். நன்றாகக் குடித்திருந்தார். பரோட்டாவுக்காகப் பிசைந்து வைத்த மைதா மாவில் இரண்டு குத்து விட்டாற் போன்ற அமுங்கிய முகம். “சாரி பிரதர்… மாத்தி எடுத்துட்டேன் போலருக்கு… உங்க பேக்கா இது… வச்சுக்கோங்க” அதற்குள் பின் சீட்டில் இருந்த பெண் இறங்கி வந்துவிட்டார். “என் பேத்தியோட பேக்தான் அது… வேற பஸ்ஸுல போறோம்னு சொல்லிதாங்க எடுத்தாரு…’ தொழில்முறை திருடர் என்பது ஊர்ஜிதம் ஆனது.

அதற்குள் கண்டக்டர்கள், டிரைவர்கள் கூடிவிட்டார்கள். கோவை யிலிருந்து தென் மாவட்டங்களுக்குச் செல்லும் பஸ்களில் வார இறுதிகளில் லேப்டாப் பைகள் காணாமல் போவது தொடர்கதை என்றும் ஒருமுறை நடத்துனரின் பெட்டியே பறிபோனது என்றும் விதம் விதமாகச் சொன்னார்கள். அதற்குள் பெட்டியைப் பறிகொடுத்த நடத்துனருக்கு தகவல் போய்விட்டது போல. பாய்ந்து வந்து பெரியவர் செவிட்டில் அடித்தார். விதம் விதமான வசவுகள். அடிகள். என் தங்கை கீச்சுக்குரலில், “பேக்தான்

கிடைச்சுடுச்சுல்ல... தாத்தாவை விட்ருங்க” என அனத்தினாள். அடிப்பதை நிறுத்திவிட்டு அவளை உற்றுப்பார்த்த ஓட்டுநர், “ஊருல இறங்கும்போது அய்யோ... அம்மா கடன் வாங்கி வாங்குன லேப்டாப்பை காணமேன்னு... ஒன்ன மாதிரி படிக்கிற புள்ளைக வயித்துல அடிச்சுக்கிட்டு அழுறத வாராவாரம் பாக்கேம்மா... இவன மடியில வச்சி கொஞ்ச சொல்றீயா... டிக்கெட் எடுத்து ஏறிட்டு நடுவழியில பைய எடுத்துட்டு எறங்கிருவாம்மா தாயளீ...’ என்று மீண்டும் சாத்துப்படலத்தைத் துவங்கினார். நான் குறுக்கே பாய்ந்து, “யாரும் அடிக்காதீங்க... நான் போலீஸ்ல ஹேண்ட் ஓவர் பண்ணிடறேன்” என்றேன். தரும அடி ஆர்வலர்கள் கிடைத்த நல்வாய்ப்பு பறிபோன ஆதங்கத்தில் முறைத்தபடி விலகினார்கள். தங்கையும் அடுத்த பேருந்தில் ஊருக்கு கிளம்பிப்போய்விட்டாள்.

ஒரு கையால் பெரியவரின் சட்டையைப் பிடித்தபடி மறுகையால் பெட்டிக்கடையில் பேப்பர் வாங்கி புகார் எழுதி போலீஸ் பூத்திற்கு அழைத்துப்போனேன். தீவிர தியானத்தில் ஆழ்ந்து குண்டலினியை உசுப்பி குற்றவாளிகளைக் கண்டுபிடிக்கும் முயற்சியில் இருந்த காவலர் ஒருவர் எரிச்சலுடன் கண்விழித்தார். கண்ணுக்குள் கருந்தேள் கொட்டியது போல கசக்கிக்கொண்டார். என்னை அறிமுகப்படுத்திக்கொண்டதும் செயற்கையான ஒரு தீவிர பாவனையை உருவாக்கிக்கொண்டு கையிலிருந்த ரப்பர் தடியால் பெரியவரின் தொடையில் இரண்டு அடி வைத்தார். பெரியவர் கையெடுத்து கும்பிட்டபடி, “ஈரோடுங்க.. பிள்ளைங்க வீட்டை விட்டு தொரத்திட்டாங்க... பசி தாங்க முடியாம திருடிட்டேங்க...” என்றார். “தாயோளீ சரக்கடிக்க காசு இருக்கு... சாப்பிட காசு இல்லையோ... சட்டையக் கழட்டுடா தேவடியா மவனே” இப்போது இரண்டு அடிகள் கொஞ்சம் உறைப்பாக ஓங்கி விழுந்தன. ரப்பர் தடி தொடையில் இறங்கும் ஓசையில் எனக்கு உடல் விதிர்வி தித்தது. தர்மசங்கடமாகவும் இருந்தது. பை கிடைத்தவுடன் இவரை விட்டிருக்கலாமோ எனத் தோன்றியது. இதே வயதும், தோற்றமும் உடைய அப்பாவின் நினைவு வந்தது. “சார், இந்தாங்க என் கம்ப்ளைய்ண்ட். நீங்க இவரை விசாரிச்சுக்கங்க... தேவைப்பட்டா கூப்பிடுங்க” கிளம்ப யத்தனித்தேன்.

“அய்யோ சார்... நான் கம்ப்ளைய்ண்ட் எடுத்துக்க முடியாது. பேட்ரால் வண்டிக்குச் சொல்லியிருக்கேன். இப்ப வந்துடும். இது ரேஸ்கோர்ஸ் ஸ்டேசன் லிமிட். நீங்க இன்ஸ்பெக்டர் ஐயாவப் பாத்து அக்யூஸ்ட ஹேண்ட் ஓவர் பண்ணிடுங்க...” என வேண்டுகோள் வைத்தார் காவலர். இதென்னடா வம்பு

என நான் போலீஸ் பூத்தில் காத்திருந்தேன். இதற்கிடையில் அவ்வப்போது உள்ளே வருகிற காவலர்கள் என்னையும் பெரியவரையும் விசாரிப்பார்கள். ஆளாளுக்கு முறையே இரண்டு அடி லத்தியால் பெரியவரின் தொடையில் வைப்பார்கள். இது என்ன விநோதக் கணக்கு என்பது மட்டும் எனக்குப் புரியவில்லை. பெரியவரின் சட்டையைக் கழற்றி காவலர்கள் பீராய்ந்ததில் ஒரு மூக்குக்கண்ணாடியும், திருவண்ணாமலை அண்ணாமலையாரின் சிறிய புகைப்படம் ஒன்றும் கிடைத்தது. வயிற்றில் அறுவை சிகிச்சை தழும்புகள் இருந்தன.

கொரகொரக்கும் வயர்லெஸ் இரைச்சல்களைக் கேட்டபடி போலீஸ் பூத்திற்குள் காத்திருப்பது பதட்டத்தை ஏற்படுத்தியது. தூக்கம் கலைந்த கடுப்பில் என் மீது எதாவது கேஸ் எழுதிவிடுவார்களோ என்றுகூட பயந்தேன்.

ஒரு வழியாக வாகனம் வந்தது. அவரை வண்டியில் ஏற்றிக்கொள்ளுங்கள். நான் எனது டூவீலரில் பின்னால் வருகிறேன் என்றேன். காவல் வாகனஓட்டி ஒத்துக்கொள்ளவில்லை. திரும்ப கொண்டாந்து விடுறேன் சார்.. எங்க வண்டிலேயே வாங்க என என்னை விடாப்பிடியாக திருவாளர் திருடருன் சேர்த்து உட்கார வைத்தார். பெரியவர் பேட்ரால் வாகன ஓட்டியிடம் “தீப்பெட்டி இருக்குமா தம்பி” எனக் கேட்க அவர் பச்சை பச்சையாக வைதார். அவரது சொந்த ஊர் மதுரைப்பக்கம் திருமங்கலமா எனக் கேட்க நினைத்தேன். கேட்கவில்லை.

வண்டி ரேஸ்கோர்ஸ் காவல் நிலையம் வருவதற்குள் டிரைவர் ஏராளமான தகவல்களைச் சொன்னார். திருடர் தனியாள் இல்லை எனவும், அடித்துக்கொடுப்பதுடன் இவரது வேலை முடிந்துவிட்டது. பஸ் ஸ்டாண்டுக்குப் பின்புறம் புதரில் பேக்கை எறிந்துவிடுவார். அங்கிருந்து கலெக்ட் செய்ய ஒருவர். பஜாருக்கு எடுத்துச்சென்று விற்க ஒருவர் என பெரிய கேங் ஆப்பரேட் ஆகுது. சின்னப் பசங்க, திருநங்கைகள் உள்ளிட்ட பலர் இந்த டீமில் இருக்காங்க என்றார். எனக்கு சுவாரஸ்யம் அடக்கமாட்டாமல் கேட்டேவிட்டேன். “இவ்ளோ தெரிஞ்சுவச்சிருக்கீங்களே சார்... பின்ன ஏன் இவங்களை அரெஸ்ட் பண்ணாம விட்டுவச்சிருக்கீங்க...”

ரேஸ்கோர்ஸ் காவல் நிலையத்தில் எனக்கு பல இன்ப அதிர்ச்சிகள் காத்திருந்தன. இன்ஸ்பெக்டர் பிஸியாக இருந்ததால், நானும் திருடரும் ஒரு அறையில் காத்திருந்தோம். அறையில் ஒரு பெண் காவலர் மேஜையில் அமர்ந்து எதையோ தீவிரமாக

எழுதிக்கொண்டிருந்தார். அவரது முதுகிற்குப் பின்னால், பக்கவாட்டில், தலைக்கு மேல் இருந்த பரணில் ஏராளமான கோப்புகள் வைக்கப்பட்டிருந்தன. இதிலெல்லாம் என்ன எழுதப்பட்டிருக்கும்? சும்மா இருக்கும் கோப்புகளை நூலகங்கள் போல என் போன்ற தீவிர வாசகர்களுக்கு வாசிக்கக் கொடுத்தால் என்ன என கேனத்தனமாக சிந்தனை ஓடிக்கொண்டிருந்தது. அவரது எழுத்து மேஜை முழுக்கவும் ஃபைல்கள் இருந்தன. பக்கத்தில் கொசுவத்தி சுருள் புகைந்துகொண்டிருந்தது. அதன் கங்கு விழுந்து எந்நேரம் வேண்டுமானாலும் தீப்பற்றிக்கொள்ளலாமென தோன்றியது. நேரம் ஒன்பதைக் கடந்துவிட்டிருந்தது. பக்கி இன்னும் வீடு திரும்பலையே என வீட்டம்மணிடமிருந்து எனக்கு அழைப்புகள் வரத்தொடங்கின. சுருக்கமாக விஷயத்தைச் சொன்னேன். மனைவி அதில் சுத்தமாக ஆர்வம் காட்டவில்லை. “வரும்போது கடை திறந்திருந்தா ரெண்டு பரோட்டா வாங்கிட்டு வாங்க... வயிறு லைட்டா பசிக்கிற மாதிரி இருக்கு...” என ஃபோனை வைத்துவிட்டாள். எனக்கு சப்பென்று ஆகிவிட்டது. சமூகப் பொறுப்புள்ள பிரஜையின் சாகஸங்களுக்கு சொந்த வீட்டிலேயே மரியாதை இல்லையென்றால் எப்படி?

அங்கங்கே பணி முடித்து காவலதிகாரிகள் ஒவ்வொருவராக சோர்ந்த முகங்களுடன் காவல் நிலையத்திற்கு வந்துகொண்டிருந்தனர். கேசம் கலைந்து, கலங்கின கண்களுடன் அவர்களைப் பார்க்கவே பரிதாபமாக இருந்தது. ஸ்டேசனுக்குள் கொசு பிடுங்கியெடுத்தது. அறையை ஒருமுறை நோட்டமிட்டேன். கும்பாரம் கும்பாரமாக ஃபைல்கள். அவற்றை அடுக்கி வைக்க முறையான பீரோக்கள் இல்லை. ரைட்டரின் தலைக்கு மேலே ஓடிக்கொண்டிருந்த மின்விசிறிக்கும் கடிகாரத்தின் நிமிட முள்ளுக்கும் போட்டி. நிறுத்தி நிறுத்தி நகர்ந்துகொண்டிருந்தது. நாம்தான் வாயால் ஊதி காற்றை உருவாக்கிக்கொள்ள வேண்டும். ஒருகணம் எனது அலுவலக அறையை நினைத்துக்கொண்டேன். ச்சே... இவர்களென்ன பாவம் செய்தார்கள். இப்படிப்பட்ட பணிச்சூழல்தான் இவர்களைக் கடுமையானவர்களாக மாற்றியிருக்கிறது. நம்மால் முடிந்தது கொஞ்சம் கல்லூரி மாணவர்களைச் சேர்த்துக்கொண்டு இவர்களது ஃபைல்களை, அலமாரிகளை முறையாக அடுக்கி கதவு ஜன்னல்களுக்கு கொசுவலை அடித்து, ஃபேன்களைத் துடைத்துக் கொடுத்து உதவினால் என்ன என்று தோன்றியது.

திருடர் மெள்ள வாய் திறந்து எழுதிக்கொண்டிருந்த பெண் காவலரிடம் “தீப்பெட்டி கிடைக்குமாம்மா...” என்றார். காவலர்

மேஜையிலிருந்த சில்வர் டம்ளரை எடுத்து அவர் மேல் ஏறிந்தார். உள்ளறையை நோக்கி திரும்பி, "ஏட்டையா இந்த நாயை வந்து என்னன்னு கேளுங்க..." எனக் கத்தினார். திருடர் பயந்து சுவரின் மூலையில் ஒட்டிக்கொண்டார். இந்தாளூ திருடனா இல்லை காமெடி பீஸா என எனக்கு ஒரு சந்தேகம் வந்தது. கூடவே அவர் மீது மெலிதான வாஞ்சையும் உருவானது. அண்ணாமலையார் படம் வைத்திருந்தது ஒரு காரணமாக இருக்கலாம். இவரை அனுப்பிவிட்டு நாமே சிறை சென்றுவிடலாமா என்றுகூட ஒருகணம் யோசித்தேன். திரு கண்டிப்பாக ஜாமீன் எடுக்க வரமாட்டாள். பரோட்டா வீடு வராத கோபத்தில்.

மஃப்டியில் வந்த அதிகாரி ஒருவர் என்னவென விசாரித்தார். திருடர் முகத்தைப் பார்த்ததும் பரபரப்பானார். தன் செல்ஃபோனை எடுத்து என்னவோ தேடினார். சட்டென ஒரு படத்தை எடுத்து காட்டியவர். அதை திருடரின் முகத்தோடு ஒட்ட வைத்துப் பார்த்தார். பிறகு, "இவனேதான் தாயோளீ" எனக் கூவினார். என்னைப் பார்த்து, "நல்ல காரியம் பண்ணீங்க சார்... சூப்பர் சார்..." என்று முதுகில் தட்டினார். அவர் செய்த ஆர்ப்பாட்டத்தில் காவலர்கள் தத்தம் அலுவல்களை விட்டுவிட்டு அறைக்குள் கூடினார்கள். சமீபத்தில் பிரபல கல்யாண மண்டபமொன்றில் மொய்க்கவர்கள் அபேஸ் செய்யப்பட்டிருந்தது. சம்பவம் நடந்த தினத்தன்று ரோந்துப் பணியில் ஈடுபட்டிருந்த மேற்கண்ட மஃப்டி அதிகாரி சந்தேகத்துக்கிடமான முறையில் சுற்றித்திரிந்த கீழ்படிதலுள்ள திருடரைப் பிடித்து விசாரித்திருக்கிறார். பதில் முன்னுக்குப்பின் முரணாக இருக்கவே எதற்கும் இருக்கட்டுமென ஒரு புகைப்படமும் எடுத்து வைத்திருந்திருக்கிறார். பிறகுதான், மொய்க்கவர் ஓஹயா சம்பவம் நடந்திருக்கிறது. பெரிய இடத்துக் கல்யாணம். கடுமையான ப்ரஷர் வேறு இருந்ததாகச் சொன்னார். நான் ஃபோனை வாங்கிப் பார்த்தேன். அதிலிருந்தவர் பெரியவர் போலவும் இருந்தார்.

சரசரவென ஸ்டேசனில் பரபரப்பு தொற்றிக்கொண்டது. சிலர் வந்து என் கைகளைக் குலுக்கினார்கள். நான் பொறுப்புள்ள பத்திரிகை ஊழியன் என்றார்கள். இதையெல்லாம் எழுதிக்கொடுத்தீங்கன்னா என் மானேஜர்கிட்ட காட்டிப்பேன். ஒரு எழவுக்கும் ஆகாதவன் என்கிறார் அவர் என சொல்ல நினைத்தேன். மஃப்டி அதிகாரி என் பெயர் விபரங்களைக் குறித்துக்கொண்டார். "உங்களுக்கு நிச்சயம் ரிவால்வர் கிடைக்கும்" என்றார். எனக்கெதுக்கு ரிவால்வர்? அட ரிவார்டு! தூக்கக்கலக்கத்தில் அப்படி கேட்டிருக்கிறது.

அதற்குள் பெரியவரின் வேட்டியும் உருவப்பட்டு பூசை கொள்ள வாராய் பராபரமே என அதிகாரிகள் அவரை நெருங்கினர். இப்போது பெரியவரின் குரலே மாறியிருந்தது. அதிகாரம் மிக்க உறுதியான குரலில், “நான் குடிச்சிருக்கேன். இப்போ அடிக்காதீங்க. எதுவா இருந்தாலும் காலையில பேசுங்க”. இந்த டிரான்ஸ்பார்மேஷன் நான் எதிர்பார்த்திராதது. நான் உறைந்துபோய் நின்றேன். அடி மேளா துவங்கியது. அங்கிருக்கப் பிடிக்காமல் மெள்ள வெளியேறினேன்.

ஸ்டேசனை விட்டு வெளியே வந்தால் பேட்ரால் வண்டியைக் காணவில்லை. விசாரித்ததில் அது போய் அரைமணி நேரமாச்சு என்றார்கள். ஆட்டோ பிடித்து பஸ் ஸ்டாண்டு போய் பைக்கை எடுத்துக்கொண்டு வீடு திரும்பும் வழியில் தங்கையை அழைத்து “உன் தாத்தா வெறும் தாத்தா இல்லை... பக்கா மங்காத்தா” என்றேன்; மனைவியைக் கூப்பிட்டு பெரிய கொள்ளைக் கூட்டத்தின் தளபதியையே பிடித்துக்கொடுத்திருக்கிறேன். கமிஷனரே வந்து கரங்களைப் பிடித்து வாழ்த்தினார். நாளைக்கு பேப்பர்ல வரப்போகுது என்று கொஞ்சம் ஃபிட்டிங்குகளைச் சேர்த்தேன். “வாழ்த்துக்கள் செல்வேந்திரன். வந்து சேருங்க” என வைத்துவிட்டாள்.

விடிய விடிய தூக்கம் வரவில்லை. எப்பேர்பட்ட சாதனை?! முறையாக காவல்துறையிடம் ஒப்படைத்தது எவ்வளவு நல்லதாகப் போயிற்று. மொய்ப்பணம் திருட்டு வழக்கில் எவ்வளவு பெரிய பிரேக் த்ரோ! நாளை கண்டிப்பாக பேப்பரில் வரும். எப்படியோ உறங்கிப்போயிருக்கிறேன். ஜனாதிபதி சட்டையில் பதக்கம் குத்துவதாக அதிகாலையில் கனவு வந்தது. துள்ளியெழுந்தேன். மணி ஐந்தரை. கடைக்கு பேப்பர் வரும் வரை பொறுப்பதற்கில்லை. நியூஸ் ஏஜெண்டுகளின் பாயிண்டிற்கே சென்று அனைத்து பேப்பர்களையும் வாங்கிப் பார்த்தேன். செய்தி இல்லை.

மறுநாள், அதற்கடுத்த நாள்வரை பொறுத்துப்பார்த்து ‘ஸ்டேசன் பீட்’ பார்க்கும் செய்தியாளரிடம் வெள்ளிக்கிழமை ராத்திரி எதுனா மொய் மேட்டர் சொன்னாங்களாவென விசாரித்தேன். இல்லையெனச் சொல்லிவிட்டார். ஒருவேளை ரகசியமாக வைத்திருந்து மொத்த கும்பலையும் வளைப்பார்களாயிருக்கும் என திரு ஆறுதல் சொன்னாள். அப்படின்னா ஜூவில கூட செய்தி வருமென நினைத்து சந்தோசப்பட்டேன். மூன்று மாதம் வரை பாலிமர் செய்திகள் கூட விடாமல் பார்த்துவந்தேன். செய்தி வரவில்லை. தப்பித்தவறி வெளியூருக்குச் செல்ல

நேர்ந்தால் கூகிளில் 'காந்திபுரம் லேப்டாப் திருடன் / கோவை திருமண வீட்டில் மொய்க்கவர் / வளைத்துப்பிடித்த வாலிபர்' என்றெல்லாம் தேடிப்பார்த்துக்கொண்டிருந்தேன். ஒருவேளை அவர் திருடர் அல்ல. திருவண்ணாமலை யோகி என விசாரணையில் தெரியவந்திருக்குமோ என்னமோ?!

அடுத்தமுறை ஒரு திருடரை சந்திக்க நேர்ந்தால் காவல் நிலையத்திற்குச் செல்வதற்கு முன் எங்கள் பத்திரிகை அலுவலகத்திற்கு அழைத்து வந்து அவரைக்காட்டி செய்தி எழுதச் செய்வேன். அல்லது குறைந்தபட்சம் ஒரு செல்ஃபியாவது எடுத்து 'திருடருடன் நான்' என ஃபேஸ்புக்கில் போட்டுக்கொள்வேன்.

மோடி வரட்டும் சாடி

பிரதியங்கார மாசானமுத்து நேர்காணல்

தமிழிலக்கியத்தின் தனித்த பலவீனக் குரல் பிரதியங்கார மாசானமுத்துவினுடையது; சமீபத்தில் 'மோடி வரட்டும் சாடி' என இவர் மோடிக்கு ஆதரவாக வெளியிட்டுள்ள அறிக்கை தமிழிலக்கியச் சூழலில் சூடு கிளப்பிவிட்டது. போனில் அழைத்து பேட்டி என்றதும் வழக்கம்போல "என்ன கருமத்துக்கு?" என்று கேட்டார். பலமுறை கெஞ்சிய பின் ஒருவாறாக "சரி, வாறதுன்னா வரும்போது ஒரு பாட்டில் ஓமத்திரம் வாங்கிட்டு வாடே..." என்றார் (பி.மா. சோம பானத்தை ஓமம் வாட்டரில்தான் கலந்து அருந்துவார்; பத்தாயிரம் வருடங்களுக்கு முன்னர் வாழ்ந்த பெரு நாட்டின் இன்கா மாமன்னர்கள் அப்படித்தான் சாப்பிடுவார்களாம்). "மினி பேட்டிதான் சார்..." என மறுமுனையில் நான் இழுத்தேன். "அப்படின்னா அரை துடமாவது வாங்கிட்டு வாடே"

அச்சன்விளை பேருந்து நிறுத்தத்தில் இறங்கி, சரக்கொன்றைகள் வழித்தடமெங்கும் இறைந்து மணம் பரப்பிக்கொண்டிருக்கும் ஒற்றையடிப் பாதை வழியே நடந்தால், சிறிது தூரத்தில் தென்னை மரங்கள் நிறைந்த தோப்பு. சலசலத்து ஓடிக்கொண்டிருந்தது மோட்டார் பம்ப். பல வகையான புள்ளினங்களின் ஓசை சூழலை மேலும் இனிமையாக்கிக்கொண்டிருந்தது. தோப்புக்கு நேரெதிரே கார்ப்பரேஷன் கக்கூஸ் போல ஒரு வீடு. இளம் வாசகர்கள் யாராவது வந்து பேசிக் கூத்தடித்துவிட்டுப் போகும்போது கையோடு ஒரு இலையை எடுத்துச்செல்ல வாகாக வீட்டு வாசலில் ஒரு வாகை மரம்.

உள்ளே நுழைந்தால், ஒரு கலவரமான ஹேர் ஸ்டைலில் அமர்ந்திருந்தார் பிரதியங்கார மாசானமுத்து. தலைமுடி நீளமாக வளர்க்கப்பட்டு, ஆங்காங்கே சுருட்டப்பட்டு, வண்ணங்கள் பூசப்பட்டிருந்தன. ஒவ்வொரு சுருட்டலுக்கும் ஒரு வண்ணம். ஒரே தொட்டியில் பல வண்ண ரோஜாக்கள் பூத்தது போலிருந்தது தலை.

“என்ன அண்ணாச்சி இது கோலம்?” என்றேன்.

“இப்பம்லாம் மண்ட ஒரு மார்க்கமா இருந்தாதானடே டி.வி.–ல கருத்துச் சொல்லக் கூப்புடுகான்…” என்றார்.

“என்ன திடீர்னு மோடியை ஆதரித்து அறிக்கை; கையெழுத்து வேட்டை எல்லாம்… பொதுவா, நீங்க சமகால அரசியலைப் பற்றிக் கருத்து எதுவும் சொல்லமாட்டீங்களே…” முதல் கேள்வியுடன் பேட்டியைத் துவக்கினேன்.

“பெறவு என்னடே…. ஒருநா காலைல ஒருத்தன் மிஸ்டு கால் கொடுத்தான். எவம்லே அது நமக்கே மிஸ்டு கால் வுடறவன்னு நானும் பதிலுக்கு மிஸ்டு கால் கொடுத்தேன். பெறவு அவனே கூப்பிட்டு மோடிக்கு எதிரா ஒரு கூட்டறிக்கை… கையெழுத்துப் போடுதீரான்னான். நான் வழக்கம்போல துட்டு எதும் உண்டுமாஞ் இல்ல, தருமக் கொள்ளியான்னு கேட்டேன். டப்புன்னு போனை வச்சுட்டான். எனக்குன்னா கோவமான கோவம். என்னைய என்ன மாங்குடின்னு நெனச்சானான்னு பதிலுக்கு நானே ஒரு அறிக்க வுட்டுட்டம்டே…”

“அறிக்கை வுட்டீங்க சரி. அதுக்குக் கீழே கையெழுத்துப் போட்டிருக்கிறது பூரா உங்க புனைபெயர்களா இருக்கே. நீங்க கதை, கவிதை, நாவல், டி.வி. சீரியல், திரைக்கதை, ஃபேஸ்புக், ட்வீட்டர் என ஒண்ணொண்ணும் ஒவ்வொரு புனைபெயர்ல எழுதறீங்க. அதையே கையெழுத்தாவும் போட்டு 27 பேர் ஆதரவுன்னு சொல்றது ரொம்ப ஓவரா இருக்கேஞ் சரி போட்டு. மதக் கலவரத்தின் பெயரால் குஜராத்தில் முஸ்லிம்கள் கொன்று குவிக்கப்பட்டதாகச் சொல்கிறார்கள். அப்படிப்பட்டவருக்கா உங்கள் ஆதரவு?”

“ஒரு பேச்சுக்கு அங்கே அப்படி நடந்துச்சுன்னே வச்சுக்கோங்க… அவருக்கு ஓட்டு போட்டு ஜெயிக்க வெச்சு, குஜராத்லருந்து அப்புறப்படுத்தி டெல்லிக்கு அனுப்பி முஸ்லிம்களைப் பாதுகாக்கலாமே.”

“குஜராத் ஒன்றும் வளரவில்லை, பொய்ப் பிரச்சாரம் செய்கிறார்கள் என்கிறார்களே நம் அறிவுஜீவிகள்?”

“சரிடே.... அப்படி வளரலன்னே வச்சுக்குவோம்... சீயெம்மா இருந்து அவரால குஜராத்த வளர்த்த முடியல... ஓட்டுப் போட்டு பீயெம்மா ஆக்குங்க. கூடுதல் பவரு. அப்ப வளர வச்சிருவாரு.”

(‘எப்ப மாமா... மாமா... ட்ரீட்டு...’ என போன் கதறுகிறது; ‘ஒரு நிமிஷம் இருடே’ என செல்ஃபோனை எடுத்துக்கொண்டு வாசல்பக்கம் போயி ஹஸ்கி வாய்ஸில் பேசலானார். ‘அட கிறுக்குப்பயவுள்ள, ஒரு கவிதைக்கு ஒரு லைக்குதாம்டி ஃபேஸ்புக்குல போட முடியும்... ஒஹ்... செலுப்பி போட்டோ போட்டிருக்கியாஞ் தெரியாதடி. ஒரு கிறுக்கன் வந்துருக்கான், அவன அனுப்பிட்டு வந்து லைக்குதம்டி. நீ கெடந்து கரையாதே’)

“கார்ப்பரேட்டுகளின் கைக்கூலிதான் மோடிங்கிறாங்க. பிரச்சார செலவுகளுக்காகக் கோடிக்கணக்கான பணத்தை கார்ப்பரேட்டுகள் அள்ளிக்கொடுத்திருக்கிறார்கள் என்கிறார்கள். மோடியை ஆதரிப்பதன் மூலம் நீங்கள் முதலாளித்துவத்தை ஆதரிக்கிறீர்களா?”

“இந்திய வளங்களைச் சுரண்டும் கார்ப்பரேட்டுகளைப் பழிவாங்க இதவிடச் சிறந்த வழி என்னடே இருக்கு? கருப்புப் பணத்த வெளிக்கொண்டுவார வழியாக்கும்டே இது.”

“குஜராத் பக்கமே போகாத நீங்கள், ‘குஜராத் ஒளிர்கிறது’ என எப்படிச் சொல்கிறீர்கள்?”

“இங்ஙன உள்ள பயக்கபூரா குஜராத்து கலவரத்த நேர்ல பாத்த மாதிரி எழுதுகானுகளே அதுமாதிரிதான்.”

“பேச்சை மாற்றாதீர்கள். குஜராத் ஒளிர்கிறதா, இல்லையா?”

“இவன் பாதரவு தாங்க ஏழலையே... லேய் மக்களேய்... குஜராத்துல நெதம் ஆயிரக் கணக்குல கூலிங் க்ளாசு விக்குதுலேய். கண்ணுகூசப்போயிதான அவனவன் வாங்கி மாட்டுதான். சபுடாராவில் குதுர வண்டி ஓட்டுத நம்மூரு பய ஒருத்தங்கிட்ட பேசுனம்டே. அவன் குஜராத் குளிருதுங்கான்.”

“தன் திருமணத்தை மறைத்து மோசடி செய்தவர்தான் மோடி என்கிறார்களே...”

“விட்டுத் தொலைங்கடே.... அடுத்த கலியாணத்துக்கு மறக்காம எல்லாரையும் கூப்பிடுவாரு...”

நான் அடுத்த கேள்வியைத் தொடங்க வாயெடுப்பதற்குள் திரும்ப 'எப்ப மாமா... மாமா... ட்ரீட்டு...' ஒரு டி.வி–யிலிருந்து அழைப்பு. குஜிலி கும்பான், கும்பமுனி ஆகியோருடன் பிரதியங்காரமும் கலந்துகொள்ளும் நேரலை நிகழ்ச்சியாம். சட்டென்று உள்ளே போய் சட்டையை மாற்றி டி–ஷர்ட்டை அணிந்து வெளியேறி விட்டார். டி–ஷர்ட்டின் வயிற்றுப் பகுதியில் 'ஐயாம் சிங்கிள்' என எழுதியிருந்தது.

நான் அவர் வீட்டுப் பூனையுடன் கொஞ்சநேரம் பேசிக் கொண்டிருந்துவிட்டு, உதிர்ந்து கிடந்த ஒரு வாகை மரத்து இலையை மறக்காமல் எடுத்துக்கொண்டு கிளம்பினேன்.

இளம்ஸ் சகோதரிகளின் ஒருநாள்

(கொரோனா வீடடங்கு நாட்களில்)

பலருக்கும் பிள்ளைகளைச் சமாளிப்பது பெரும்பாடாக இருக்கிறதென்பதை அறிகிறேன். பெங்களூரு நண்பன் சுதர்ஸன் மனைவியை ரீட்டெய்ன் செய்துகொண்டு பிள்ளைகளை டைவர்ஸ் பண்ண சட்டத்துல இடம் இருக்குதா என்று கேட்கும் அளவிற்கு. அவன் பாவம் ஐ.டி. புள்ள. அவ்ளோதான் அறிவு இருக்கும். எங்கள் வீட்டில் நாட்டியப் பேர்வழி இளவெயினி தனது அன்றாடங்களை எப்படிச் செலவு செய்கிறார் என்பதைப் பற்றி சிறுகுறிப்பு எழுதினால், எனது நூல்களை கிண்டிலில் வாங்கி ஆறாயிரம் ராயல்டி கிடைக்கச்செய்த நல்லுள்ளங்கள் – இவர்களை கொரோனா அண்டாது; சத்தியம் – பயன்பெறுமே என்று பகிர்கிறேன்.

காலை 7:00 – 7:30

25 தோப்புக்கரணம். அதில் *15* காதுகளை முறையாகப் பிடித்துக் கொள்ளாமல் போங்கு – யோகா *(*பாருங்கம்மா... இளம்பிறை யோகா மேட்டுலயும் உச்சா போயிவச்சிருக்கா...*)*

காலை 7:30 – 8:30

காலைக்கடன், குளியல். இளம்பிறை பல் தேய்த்தாளா என்பது இரண்டு கட்ட சோதனைக்குப் பின் உறுதி செய்யப்பட்ட பின் காலை உணவு வழங்கப்படும். கூடவே அந்த நாளைப் பொறுப்புடன் செலவழிக்கச் சொல்லும் அம்மாவின் அரிய கருத்துக்கள்.

காலை 8:30 – 9:00

செடிகளுக்கு நீருற்றுதல், முந்தைய நாள் விளையாடி வீசிவிட்டுச் சென்ற விளையாட்டு சாமான்களை ஒதுங்க வைத்தல்.

காலை 9:00 – 10:00

தங்கை இளம்பிறையுடன் விளையாட்டு. கிச்சன் செட், டாக்டர் பேஷண்ட், டீச்சர் கேம், அப்பா ஆபிஸ் கேம். இந்த கேமில் மேலாளர் இளவெயினி செல்வேந்திரனாக நடிக்கும் இளம்பிறையைப் பார்த்து, "மாடு மாதிரி வளர்ந்துருக்கியே ஒரு கூராச்சும் இருக்கா..." என மனம் போனபடி வைவார். "வாஸ்தவம்தான்" என்பார் இளம்பிறை.

காலை 10:00 – 10:15

பொதுவாக மேற்கண்ட விளையாட்டுகள் "நீ எனக்கு அக்கா இல்ல / நான் உனக்கு தங்கச்சி இல்ல" எனும் அளவிற்கு போரில்தான் முடியும். இராஜமாதா தலா இரண்டு அடிகள் முதுகில் கொடுப்பார்.

காலை 10:15 – 11:30

ஆங்கிலப் புத்தகங்கள் வாசிப்பு. ரஸ்கின் பாண்ட், டாக்டர் சூயஸ், ஜெஃப் கின்னி, விவேக் தேசாய் ஆகியோர் பிரியத்திற்குரிய – மன்னிக்கவும் – வழிபாட்டுக்குரிய எழுத்தாளர்கள்.

காலை 11:30 – 12:30

நடனம். முதல் 15 நிமிடங்களுக்கு சாஸ்திரீய சங்கீதத்திற்கு பரதப் பயிற்சி என்றுதான் நிகழும். பக்கத்து ரூமில் இருக்கும் அமெச்சூர் எழுத்தாளன் உள்ளே புகுந்ததும் கிராமியப் பாடலுக்கு வெஸ்டர்ன், விஜய் ஓபனிங் சாங்குகளுக்கு குரங்குகள், காருக்குறிச்சியாரின் இங்கிலீஷ் நோட்ஸூக்கு கவுண்டமணி நடனம், கட்டடம் கட்டிடும் சிற்பிகள் நாம் பாடலுக்கு பரத நாட்டியம், மூட் ஃபார் லவ் இசைக்கோர்வைக்கு தேவராட்டம், குத்துப்பாடல்களுக்கு முயல், சிங்கம், கரடி, மலைப்பாம்பு, மான்கள் சேர்ந்து ஆடுவது என நிலவரம் கலவரம் ஆகும். நம்ப மறுப்பவர்களுக்காக ஒரு வீடியோ இணைக்கப்பட்டுள்ளது.

கலை அள்ளியள்ளிப் பருகவேண்டிய அமுதமென அறியாத திருப்பூர்காரி மீண்டும் வந்து பூசை வைத்ததும் நிகழ்ச்சி முடிவுக்கு வரும்.

மதியம் 12:30 – 1:00

கொப்புடையம்மனின் கோபத்திற்கு ஆளான இளம்பிறை படுக்கையறையில் அமைக்கப்பட்டிருக்கும் புலிக்குகைக்கும், இளவெயினியார் ஹாலில் அமைக்கப்பட்டுள்ள ஆதிவாசி குடிலுக்குள்ளும் தஞ்சமடைவார்கள்.

மதியம் 1:00 – 1:30

மதிய உணவு. சோற்றின் மீது குழம்பு, கூட்டு, ரசம், மோர் என ஒவ்வொன்றாகக் கேட்டு வாங்கி ஊற்றிப் பிசைந்த பின் எனக்கு இது வேண்டாமென நைஸாகக் கிளம்பும் இளம்பிறைக்கு சிறிய நன்னெறி வகுப்பு. "எத்தியோப்பியாவில்..."

மதியம் 1:30 – 2:30

கிறுக்கி வரைவது. வரைந்து கிறுக்குவது. முந்தைய இரவில் அப்பா சொன்ன கதைகளுக்குப் பொருத்தமான ஓவியங்களைத் தீட்டும் ஸ்டோரி இல்லஸ்ட்ரேசன் முயற்சிகள். ஓவிய தாகம் அடங்கிய பின் கிராஃப்ட் தாகம். ரூபாய் நோட்டுக்கள், சான்றிதழ்கள், இலக்கிய ஆக்கங்கள் தவிர்த்த பிற அனைத்து அசையும் அசையாத சொத்துக்களும் ஒட்டி வெட்டுதல் மற்றும் வெட்டி வெட்டுதல். அம்மாவின் ஷால், பெட் கவர், அக்காவின் தலைமுடி வரை நீளும்போது வீட்டம்மன் அவதரிப்பார்.

மதியம் 2:30 – 4:00

பல்வேறு ஐடியாக்களை செய்து ஓய்ந்துவிட்ட இளம்பிறையவர்கள் சற்று கண்ணயர்வார். வெண்முரசு வாசிக்கிறேன் பேர்வழியென்று திருக்குலத்தரசியும் மைல்டாக விழிமயக்கு கொள்வார்.

அந்நேரத்தில் இளவெயினியார் ஆங்கிலத்தில் கவிதைகள் எழுதுவார். யூரோகிட்ஸ், புஷ்பலதா துவங்கி சி.எஸ். அகாடமி வரை அம்மையாரோடு படித்து வெளியூர்களுக்கு மாற்றலாகிப்போன நண்பர்கள், மேனாள் ஆசிரியர்கள், தாத்தாவின் மாண்பு, அப்பாவின் அறியாமை, தங்கையின் குறும்பு போன்றன பாடுபொருட்கள்.

நல்ல கதைகள் எழுதுவார். ஆங்கிலத்தில். தமிழில் எழுதிக்கொண்டிருக்கும் பலரை விட சிறந்த கதைகள். கதையின் நீதியல்ல, கதாபாத்திரங்களுக்கு நீதி கிடைக்கவேண்டுமென்பதில் உறுதியாக இருப்பார். சூழியல் போராளி என்பதால் இயற்கைச் சித்தரிப்புகள் மிகுந்திருக்கும்.

மாலை 4:00 – 5:00

ஆன்லைனில் பாட்டு க்ளாஸ். பாட்டு க்ளாஸ் இல்லாத நாட்களில் தூய சங்கீதம் கேட்டல். அருகிலேயே அமர்ந்து நக்கல் செய்யும் இளம்பிறை தொடையில் அவ்வப்போது கிள்ளி வைத்தல். அம்மா கடை கண்ணிக்குப் போயிருந்தால் நைஸாக அப்பாவின் மொபைலை லவட்டி ஏபிசி கிட்ஸ் டிவி, கோக்கோமெலன், டயானாஸ் டிவி போன்ற திராபை கார்ட்டூன் வீடியோக்களைப் பார்ப்பார்.

மாலை 5:00 – 6:00

அப்பாவுடன் இறகுப்பந்து. சைக்கிளில் ஹூகான் நகரம் போல் இருக்கும் சுடுகுஞ்சி இல்லாத அடுக்ககத்துக்குள் சில ரவுண்டுகள். கட்டம் கட்டித் தொடுதல் விளையாட்டு. இளம்பிறை, அப்பா, அம்மா, கண்ணன் மச்சான் ஆகியோர் எட்டுக்கு எட்டு சதுர கட்டத்திற்குள் ஓட வேண்டும். கட்டத்தின் விளிம்பைத் தாண்டாமல் ஓடுவோரைத் தொடுதல்.

மாலை 6:00 – 7:00

தொலைக்காட்சி பார்த்தல். டிஸ்கவரி, ஃபுட் சஃபாரி, குழந்தைகள் திரைப்படம், ரைம்ஸ். இடைக்கிடை செய்திச் சானல்களில் கொரோனா நிலவரங்கள், மாமியாருக்கு விஷம் வைப்பது குறித்த சீரியல் சதியாலோசனைகள்.

இரவு 7:00 – 7:30

கிண்டி டிராமா – லிட்டில் சிங்கமும் திருடனும், கரடியும் நண்பனும், குகை மனிதர்கள், முரடன் முத்து, இளம் சகோதரிகள் துப்பறியும் கௌபாய் சாகஸங்கள், வீணாய்ப் போன ஓநாய்ப் பயல், எல்லோரும் இந்நாட்டு மன்னர், வீரமங்கை வேலுநாச்சியார் இன்ன பிற.

தனியாள் நடிப்பு – யூசுப் மலாலா, கிரேட்டா துன்பர்க், காந்தியடிகள், பாரதியார், விவேகானந்தர், மேரி கியூரி போன்ற ஃபேவரிட் ஆளுமைகளைப் பற்றி தேடி வாசித்து சிறிய உரை எழுதி நடித்துக் காண்பித்தல்.

இரவு 7:30 – 8:30

இரவு விருந்து. அம்மாச்சி, பூட்டி, அத்தை, பெரியம்மாக்களுடன் போனில் குசலம் விசாரித்தல்.

இரவு 8:30 – 9:00

தமிழ் சிறார் புத்தகத்தை வாய்விட்டு சத்தமாக அப்பாவுக்கு வாசித்துக் காண்பித்தல். பிழையற தடையற வாசிப்பதற்கான பயிற்சி. வாசித்த கதையைச் சுருக்கி இளம்பிறைக்குச் சொல்லுதல்.

ட்யூன் விளையாட்டு (கண்டுபிடித்தவர்: சித்தார்த், பேரன் ஆஃப் நாஞ்சில் நாடன்) – பாடலின் சரணத்தின் தத்தகாரம் (ட்யூனை அப்படித்தானே சொல்லவேண்டும்) 'ஹம்' செய்யப்படும். சரியான பாடல் வரிகளைக் கண்டுபிடித்து பாட வேண்டும். 10 மதிப்பெண்கள். தவறாகப் பாடினால், மைனஸ் 10.

இரவு 9:00 மணி முதல் உறங்கும் வரை

அப்பாவின் கதை சொல்லல் நிகழ்ச்சி. மூன்று வகையான கதைகள் சொல்லப்படும். ஏற்கனவே புழக்கத்தில் உள்ள உலகளாவிய சிறுவர் கதைகளைச் சற்று கற்பனையில் விரித்து சீனுக்கு சீன் வெடிச்சிரிப்பு கலந்து சொல்லப்படும். கதையின் இறுதியில் கதை மாந்தர்கள் ஒன்றிணைந்து 'சந்தோசம் பொங்குதே... சந்தோசம் பொங்குதே..' என ஆடிப்பாடி மகிழ்வார்கள்.

இரண்டாவது, இளம்ஸ் சகோதரிகள் துப்பறியும் சாகஸ கதைகள். அவர்களுக்கு உதவி செய்ய முருகேசன் அண்ணாச்சி எனும் ஒரு கேரக்டர் உண்டு. அவருக்கும் அறிவுக்கும் 500 கிலோ மீட்டர் தூரம். அவ்வப்போது நாஞ்சில் நாடனின் நண்பர் பண்டாரம் கௌரவ வேடம் ஏற்பார். அதிரடி சாகஸங்களும், அறிவியல் கருத்துக்களும், நகைச்சுவைக் காட்சிகளும் நிரம்பியவை. கதையில் உற்சாகம் அதிகமானால், இளம்பிறையவர்கள் அணிந்திருக்கும் ஆடைகளைக் கழற்றி தலைக்கு மேல் சுழற்றி கட்டிலின் மேல் கூத்தாடுவார். சினம் வளர்த்த நாயகி சீற்றம் காட்டியதும் அடங்குவார்.

மூன்றாவதாக அவசியம் செய்வது ஏதேனும் ஒரு நவீனச் சிறுகதையை சிறார்களுக்கு ஏற்றார் போல சுருக்கிச் சொல்வது. பிரமிளின் குழந்தைக் கை திருடன், ஜெயமோகனின் யானை டாக்டர், கோட்டி, அசோகமித்திரனின் புலிக்கலைஞன், ஷோபாவின் கண்டி வீரன், பஷீர் தலைமறைவாக இருந்தபோது அம்மாவை சந்தித்தது, சலீம் அலி பறவை ஆய்வாளரானது, டாப் ஸ்லிப் வுட் ஹவுஸின் கதை, சுந்தர ராமசாமி பாய் வீட்டில் மீன் குழம்பு சாப்பிட்டது, சர்ச்சிலுக்கும் அவரது அப்பாவிற்குமான உறவு. ஓநாய் குலச்சின்னம் நாவலின் சுருக்கப்பட்ட வடிவம். மண்ணும்

மனிதரும் சுருக்கிய வடிவம். சொன்னால் நம்பமாட்டீர்கள், என் பெயர் சிவப்பு நாவலைக்கூட அதன் சித்திர–வதைகளை நீக்கிவிட்டு மர்மக்கதை போல சொல்ல முயன்றிருக்கிறேன். என்னுடைய நோக்கில் ஒன்பது வயது குழந்தைக்கு ஜூஜூலிபா கதைகளை விட உயர்ந்தவை இக்கதைகள். இதன் வழியாக நவீனச் சிந்தனைகள், அக்காலத்தைய அறம், இன்றைய விழுமியங்கள், சூழியல், வரலாறு என பல விஷயங்கள் உள்ளே செல்கின்றன.

கதைகள் சொல்லி முடித்தவுடன் கட்டைக்குரலோன், கானகாந்தாரி புகழுடைத்த அப்பாவின் பாடல் நிகழ்ச்சி. என்னுடைய அம்மா சிறுவயதில் சொல்லிக்கொடுத்த பாட்டுகளில் இருந்து துவங்கும். காசுக்கு ரெண்டு குருவி வாங்கினேன், அருகம்புல்லின் நுனியிலே, நாட்டுக்கு சேவை செய்ய, காந்தி அண்ணல் காவியத்தில் கவிதை ஆன காமராஜ், அன்புள்ளம் கொண்ட அம்மாவுக்கு மகள் எழுதும் கடிதம், மலர்களின் நடுவினில் ஒரு ரோஜா, ராஜா சின்ன ரோஜோவோடு காட்டுப்பக்கம், கல்யாண சமையல் சாதம், குறிஞ்சி மலைத்தேனே கொண்டாடும் சந்தனமே, ஆத்தா உன் சேலை, ஆரோரா ஆரிரோ நீ வேறோ நான் வேறோ, வேலுண்டு வினையில்லை, சலங்கை கட்டி ஓடி ஓடி வாயோ, வாதை உந்தன் கூடாரத்தை, செந்தமிழே மைந்தர்களே சிந்தனை செய்க, நாங்க சும்மா கெடந்தாலும் கெடப்போம், சின்னக்குட்டி நாத்தனா…

பாடல்கள் மெள்ள ‘திருப்புகழ் பாடத் துவங்கும். ‘பொண்டாட்டி தேடி நானும் ஓடோடி வந்தேன்’, ‘அம்மான்னா சும்மா இல்லேடா’, ‘பைத்தியம் பலவகை ஒவ்வொன்றும் ஒருவகை’, ‘நேரில் நின்று ஏசும் தெய்வம்’, ‘வீட்டுக்கு வீடு ஹேய் பாப்ரோச்… பாப்ரோச்..’ “போதும் படுங்க… போதும் படுங்க… போதும் படுங்க…” என்று வீரர்களுக்கு பாட்டுடைத் தலைவியால் மூன்று முறை எச்சரிக்கை விடப்படும். உற்சாக மிகுதியால் நிகழ்ச்சி தறிகெட்டு ஓடும்போது கட்டிய வேட்டியுடன் வந்த கணவன் என்றும் பாராமல் கட்டுரையாளர் எட்டி மிதிக்கப்படுவார். “ஓ… ஒரு தென்றல் புயலாகி…” மீண்டும் ஒரு மிதி. அத்துடன் நிலையத்தில் ஒலிபரப்புச் சேவைகள் நிறுத்தப்படும்.

கேட்டிருக்கிறீர்களா?

கொரோனா தினங்கள் கட்டுரைக்கு வந்து குவிந்த வாசகர் கடிதங்களில் (3) பாதிபேர் இசை வெறியர்கள் போல. எங்கள் இல்லத்தில் அன்றாடம் ஒலிக்கும் பாடல்கள் ஈர்த்துள்ளன. கீழே சில பாடல்களைத் தந்திருக்கிறேன். இவற்றை நீங்கள் முன்னரே கேட்டுள்ளீர்களா என யோசிக்கவும்.

எங்கள் வழவில்... கிடக்கும் டயரில்... தங்காமல் நீ ஓடு கொலைகார கொசுவே... டெங்கே அடங்கு... டெங்கே அடங்கு...

பெத்து எடுத்தவதான் என்னையும் மொத்தி எடுத்துப்புட்டா...

மறைந்திருந்து பார்க்கும் மடப்பயலே...

கூடை மேல கூடை வச்சு குப்பை அள்ளப் போறவளே...

சாய்ந்து... சாய்ந்து... சைக்கிள் ஓட்டும்போது... அடடா... ஹேய்ய்ய்ய்....

கூகிள் கூகிள் பண்ணிப் பார்த்தேன் ஒலகத்துல... எங்கம்மா போல டார்ச்சர் கேஸூ எவளும் இல்ல...

ஓரெயொரு ஊரிலே... ஓரெயொரு குட்டிம்மா... குட்டிம்மாக்கு பிடிச்சதெல்லாம் ரெண்டு சட்டி உப்புமா...

ஆத்தங்கரை மரமேஞ் அதிலுறங்கும் குரங்கே...

தூங்காத எலிகள் ரெண்டு... தவறாமல் உதைகள் உண்டு...

சிந்திச்சு பார்த்து... சேனலை மாத்து... சிறுசாய் இருக்கையில் மாத்திக்கோ... மொக்கை சிறுசாய் இருக்கையில் மாத்திக்கோ...!

அடி தடையில்லா மின்சாரமே... முருகேசன் சம்சாரமே...

பூக்களைத்தான் பறிக்காதீங்க... புருஷனைத்தான் மிதிக்காதீங்க...

ஏ பொட்ட புள்ள பெத்ததுமே கொட்டம் அடங்கிடுச்சே...

எங்கே போனாலும்ம்ம்ம்... நீங்க 'ஸ்ப்ரே' பண்ணுங்க...

நல்ல நல்ல மீன்களை எண்ணிஞ் எந்தன் ஞாயிறு துவங்குது தம்பி...

எல்லாமே என் பொண்டாட்டி... நான் என்னாவேன் அவ இல்லாட்டி?

கற்பூர முல்லையொன்று... ஓயாமல் தொல்லை செய்து... உறங்காமல்... உசிர் வாங்குதே

நடுக்கடலுல நாய் வண்டிய ஓட்ட முடியுமா... நாற வாயன் எதிரே நின்னா பேச முடியுமா...

சங்கீதம் பாட.... சப்பை மூக்கு உள்ளவர்கள் வேண்டும்...

காட்டு மானை வேட்டையாட கலங்கவில்லையே... இந்த வீட்டு நாயின் உள்ளம் ஏனோ விளங்கவில்லையே...

வாயை மூடு... பேச்சைக் குறை... ஆணினமே உன்னை மதித்திடுமே...

அந்திமாலை நேரம்... அடுப்பங்கரையோரம்... எலி வந்ததே... ஹார்லிக்ஸ் திங்குதே...

எங்கும் பவர்கட் என்பதே பேச்சு... நாம் எல்லோரும் சமம் என்பது உறுதியாச்சு.... சங்கு கொண்டே ஈ.பி.க்கு ஊதுவோமே...

மக்காயமா... மக்காயமா... மக்காயமாமா... மக்காசோளம் மக்காசோளம் விக்க போலாமா...

மழை தேவதையின் பரிசு... யாரும் கவிதை எழுத வேண்டாம்...

செந்தமிழ் நாட்டுத் தமிழச்சியே செரிலாக் சாப்பிட தயங்கறீயே... நெசவு செய்யும் திருநாட்டில் ஜட்டியில்லாம திரியறயே...

எந்த கழுதையும் நல்ல கழுதைதான் மண்ணில் பிறக்கையிலே... அது பேப்பரை தின்பதும், போஸ்டரை தின்பதும் அன்னை வளர்ப்பினிலே

வெல்லம் கொள்ளை போகுதே... வாங்கி வந்த நாள் முதல்... இல்லம் வந்த எறும்புகள்... ஏந்திக்கொண்டு செல்லுதே...

பெண்ணுக்குப் பேராசை வைத்தான்... புவி பேணி வளர்த்திடும் ஈசன்... மண்ணுக்குள்ளே சில மூடர் பெரும் ஜவுளிக் கடைகளைத் திறந்தார்...

அம்சவேணிக்கு நல்ல ஆம்சு பவருடா... அசைஞ்சு வருகையில் அவளொரு ஆடி காருடா...

ஓடி ஓடி இளைக்கனும். ஊத்தை வயிறைக் குறைக்கனும். ஆடிப்பாடி சிரிக்கனும். ஆஞ்சியோவைத் தவிர்க்கனும்

சிம்டாங்காரன் சிப்ஸூ விக்கப் போனான்...

உன்னை வாழ்த்திப் பாடுகிறேன்... பணம் தர வேண்டும்...

பாடும்போது நான் தென்றல் காற்று... ஓடும்போது நீ டம்மி பீஸு

யார் இந்த சாலையோரம் ஆணி போட்டது எந்தன் சைக்கிள் பஞ்சர் ஆனது...

அவளுக்கென்ன அழுகிய முகம்

இனி வரும் ஒரு தலைமுறைக்கு இப்படி தோசை கிடைக்குமா...

ஆம்பளைக்கும் பொம்பளைக்கும் அவசரம்... அதை 'டிரைவிங்'ல காட்டுறாங்க அனைவரும்...

ஏய் மண்வெட்டி மூஞ்சுக்கு மஞ்சளைப் பூசி மயக்குற பொண்ணே...

பொருட்காட்சி ஹோட்டலிலே பெருச்சாளி பெத்த குரங்கே...

வடை தந்த மம்மிக்கு சுவையான லாலி...

சொர்க்கத்தின் வாசற்படி பக்கத்தில் ஏணிப்படி

பொழுதாகிப் போச்சு விளக்கேத்தியாச்சு பொன்மானே ஹோம் ஓர்க் முடிக்கலை...

என்னம்மா தோழி... கோழியை காணோம்... நான் என்ன திங்கப் போறேன்...

மாசானமுத்துவின் இலக்கிய மேற்கோள்கள்

நேயர்களே, பி. மாசானமுத்து பல்வேறு இலக்கியத் திறனாய்வு/ திறனாற்றாய்வு/திறனற்றாய்வு நூல்களில் வெளிப்படுத்திய அரிய கருத்துக்கள் இங்கே தொகுக்கப்பட்டுள்ளன. ஏற்கனவே எழுதி வருபவர்கள் இனியாவது உருப்படியாக எதையேனும் எழுத இவை உதவலாம். இளம் வாசகர்கள் இலக்கிய உலகிற்குள்ளே நுழையாமல் அப்படியே ஓடிவிடவும் இவை வழிகாட்டலாம்.

~

கவிதை அறுபடும் சாத்தியமற்ற ஒரு எலாஸ்டிக் கயிறு; அதில் கண்டடையும் ஆழமெல்லாம் அவனவன் வாழ்வுச் சிக்கல்களின் எடையினால் இழுபடும் கற்பித நீளமேயன்றி வேறல்ல.

கவிஞனுக்கு வாய்த்த ஆகப்பெரும் சிறப்புச் சலுகை அவன் ஒரே கவிதையை வெவ்வெறு சொற்களை அடுக்கி அடுக்கி வைத்து விளையாடலாம் என்பதே. தேய்ந்த படிமம், காய்ந்த உருவகம் என்றெல்லாம் அதை அணுகுவது வெள்ளாட்டின் புழுக்கைகளில் வேறுபாடில்லையே எனக் கேட்பது போலத்தான்.

நினைவிருக்கட்டும்! உலகின் எந்த நாட்டிலும், எந்த பத்திரிகையிலும், எந்த மொழியிலும் கோட்பாட்டாளர்களுக்கு கோட்டுச்சித்திரம் போட்டதில்லை.

இலக்கியத்தை இலக்கியத்திற்குள் வைத்து அழகியல் விமர்சனம் செய்வதைப் போலவே கவிதையைக் கவிதைக்குள் வைத்து விமர்சிப்பதென்பது கவிச்செயல்பாட்டியக்கத்தையே அழிக்கும் முதலாளித்துவ தந்திரமன்றி வேறல்ல.

வரலாற்றின் மீது ஈயாகப் பறப்பதோ, நாயாகக் குலைப்பதோ, நரியாக ஊளையிடுவதோ கவிஞனின் பணியல்ல. உண்மையில் கவிஞனுக்கென பணியே இல்லை.

கவிதையை விடவும் பூடகமானது கவிதைகள் பற்றிய உரையாடல். அதில் உற்பத்தியாகும் கலைச்சொற்பெருக்கே கவித்துவத்தின் உபவிளைவு. அல்லது உபத்திரவ விளைவு. எந்த மொழியின் அகராதியை விடவும் மும்மடங்கு இருக்கும்.

நல்ல படைப்பாளி செக்புக்கில்கூட பிரக்ஞைபூர்வமாகக் கையெழுத்திடமாட்டான்.

பாஸ் என்று நான் செல்லமாக அழைப்பது ஆக்டேவியா பாஸைத்தான். அதையும் பாஸ்கர் சக்தியையும் நீங்கள் குழப்பிக்கொள்ளக் கூடாது.

படிமங்கள், உருவகங்கள், அணிகள், சொல் அலங்காரங்கள், உவமைகளுக்கு எதிரான என் எதிர் செயல்பாடுதான் என்னைப் பற்று வரவு லெட்ஜர் நோட்டில் கவிதைகள் எழுதச் செய்தது.

கவிதை கோருவது கெட்டிக்காரத்தனத்தையல்ல; கோட்டிக் காரத்தனத்தை.

இலக்கியத்தின் ரகசியங்கள் இருள் மண்டிக் கிடந்தன. இறைவன் என்னைப் படைத்தார்.

மிஸ்டேக்காக எழுதுவதை சுதந்திரமாகவும் மிஸ்டிக்காக எழுதுவதை தந்திரமாகவும் கொள்வதை எழுத்தாளர்கள் தவிர்க்க வேண்டும்.

குடிக்காமல் எடுத்த வாந்தி கவிதை ஆகிறது.

ஒரு சிறுகதையில் சிறிய அளவிலேனும் கதை இருக்கும்படி பார்த்துக்கொள்ளுங்கள்.

நீ தமிழிலக்கியத்திற்கு ஏதாவது செய்யவேண்டுமென நினைத்தால், எழுதாமலிரு!

கவிதையில் வன்மத்தை ஒரு ரஸமாக அறிமுகப்படுத்தியது முடியலத்துவம்தான்.

அலர்ஜிக்கு மருந்துண்டு; அறவுணர்ச்சிக்கில்லை.

அம்மா பதிப்பகம்

ராயல்டியெல்லாம் தரமுடியாது வேண்டுமானால் ராயல் பேக்கரியில் டீ வாங்கித் தருகிறேனென பதிப்பாளர்கள் பகுமானம் காட்டுவதால் எழுத்தாளர்கள் பதிப்ஸ் வீட்டு வாசலில் தர்ணா செய்யுமளவிற்கு நிலைமை மோசமாகிவிட்டது. இது ஒருபக்கமென்றால் பர்ஸ்ட் ஃபார்ம் அச்சில் ஓடிக்கொண்டிருக்கும்போதே நூலின் பிடிஎஃப்பை இணையத்தில் இலவசமாக வெளியிட்டு 'குமுதா ஹேப்பி அண்ணாச்சி...' என கட்டையைக் கொடுக்கும் வன்கொடுமையும் நடக்கிறது. கிடக்கிறதெல்லாம் கிடக்கட்டும். "பாஞ்சாயிரம் மட்டும் கொடுங்க பாஸ் கவிதை பொஸ்தவம் + வெளியீட்டு விழா + ரெண்டு ரெவியூன்னு ஜமாய்ச்சுடலாம்" என கேரண்டி பிளஸ் வாரண்டியுடன் புதிதாய் முளைத்திருக்கும் நமக்கு நாமே மாமே பதிப்பகங்கள் இன்னொரு புறம்.

என்னங்க இது பலான ஐட்டமா இருக்கு என வாசகர்கள் விழி பிதுங்க "மடையர்களே... இது டிஜிமார்டனிஸம்டா" எனப் பொடனியில் தட்டுகிறார் ஒரு சீனியர். ஆயிரம் பக்கத்துக்கு குறைய எழுதுற எல்லாமே குறுநாவல்தான் என அச்சுறுத்துகிறார் இன்னொருவர். கதை உங்களுதா இருக்கலாம் ஆனா தொகுத்தது நான்தான். ஆக்சுவலா என் பேருதான் அட்டையில வரணும் எனச் சட்டையை மாற்றுகிறார் மற்றொருவர். 'என்னய்யா நடக்குது இங்க...?' என தமிழ் வாசகாஸ் தலையைப் பிய்த்துக்கொள்கிறார்கள்.

அம்மா திட்டம், அம்மா உணவகம், அம்மா குடிநீர் போல "அம்மா பதிப்பகம்" ஒன்றினை உருவாக்குவதுதான் இந்த அலப்பறைகளைத் தட்டிக்கேட்க ஒரே வழி எனும் எனது யோசனையை சொன்னதுமே சமகால சிந்தனையாளர் அதிஷா "அமோகமான ஐடியா. மலிவு

விலையில் கவிதைப் புத்தகம் போடுவதன் மூலம் தமிழகத்திலுள்ள இரண்டரைக் கோடி கவிஞர்களின் வாக்குகளை அள்ளிவிடலாம்" என்றார். ட்வீட்டுகளின் மூலம் சமூக மாற்றத்தை உருவாக்கப் போராடிவரும் சில்ட் பியர் என்பார் "கவிதைகள் ப்ளேட் 2 ரூபாய்க்கும், சிறுகதைகளை 4 ரூபாய்க்கும் விற்கலாம்" என தன் யோசனையை முன்வைக்கிறார். இதன் சாத்தியங்களைச் சற்றே சாய்ந்தமானிக்கு அமர்ந்து அவதானிக்கையில் ஏழு கோடி தமிழர்களில் குடிப்பவர்களைக் காட்டிலும் கவிதைகளை வடிப்பவர்கள் ஜாஸ்தி என்பதால், டாஸ்மாக் வருவாய் எனும் சரித்திர சாதனையையே கூட அம்மா பதிப்பகம் முறியடிக்கக்கூடும்.

என்னென்ன செய்யலாம்?

1. மலிவு விலையில் புத்தகங்களைப் பதிப்பிக்கலாம். ஒரே கண்டிசன் பின்னட்டையிலும் முன்னட்டையிலும் பச்சைப் பின்னணியில் குதிரை இறக்கை பறக்கும். தலைப்புகள் எப்படி வேண்டுமானாலும் இருக்கலாம்.

2. நூறு ஜோடிகளுக்குத் திருமணம் செய்துவைப்பது மாதிரி ஒரே மேடையில் நூறு கவிஞர்களின் நூல்களை வெளியிடலாம். இதனால் பாஞ்சாயிரம் பதிப்பகத்தாரின் ஆசை வார்த்தைக்குப் பலியாகும் புதிய எழுத்தாளர்கள் பயனடைவார்கள்.

3. அம்மா பதிப்பக எழுத்தாளர்கள் எல்லாருமே 'அம்மா எழுத்தாளர் நலவாரியத்தின்' பயனாளிகள். அடையாள அட்டை வழங்கப்படும். சீரான இடைவெளியில் ராயல்டி வழங்கப்படுவதோடு தீபாவளிக்கு ஒரு கதர் ஜிப்பாவும், பொங்கலுக்கு ஒரு வேட்டியும் ரேசன் கடைகளில் வழங்கப்படும்.

4. சீனியர் எழுத்தாளர்கள் அம்மா பதிப்பகத்தின் நூல்களைப் பாராட்டிப் பேச, எழுத எவ்வித தடையுமில்லை. அபகீர்த்தி உருவாக்கும் விமர்சனங்களைச் செய்தால் சிறையில் தள்ளப்படுவார்கள்.

5. அதிமுக மாநாடுகள் நடைபெறும் இடங்களில் கவிஞர்களுக்கென்று ஒரு ஓரமாகப் பந்தல் போட்டுத் தரப்படும். அங்கே கவியரங்கம் நடத்தி எவ்வளவு வேண்டுமானாலும் அனத்திக்கொள்ளலாம்.

6. ஐந்நூறு பிரதிகளுக்கு மேல் விற்பனையாகும் எந்த நூலும் வலுக்கட்டாய அரசுடைமை ஆக்கப்பட்டு அம்மா பதிப்பகத்தால் மறுபிரசுரம் செய்யப்படும்.

7. ஒவ்வொரு பத்திரிகையும் ஒவ்வொரு இதழும் தலா ஐந்து அம்மா பதிப்பக நூல்களுக்கேனும் மதிப்புரைகள் எழுதவேண்டும். மரியாதையாகத்தான் என்பதைச் சொல்லித் தெரியவேண்டியதில்லை.

8. குடிப்பழக்கத்தை தூக்கிப் பிடிக்கும் எழுத்தாளர்களின் நூல்கள் டாஸ்மார்க்கிலும், தின்பதைப் பற்றியே அதிகமும் எழுதும் சாப்பாட்டுப் புராணிகர்களின் நூல்கள் அம்மா உணவகத்திலும், புனைகதைகள் சட்டமன்ற வளாகத்திலும் விற்பனைக்கு வைக்கப்படும். சினிமா தமிழர்களின் உயிர்நாடி என்பதால் அப்புத்தகங்கள் நியாயவிலைக் கடைகளில் கிடைக்கச் செய்யலாம்.

9. இஸங்கள் பொதுமக்களுக்குப் பேராபத்தை விளைவிப்பதால், பின்நவீனத்துவம் பற்றி பேசவும் எழுதவும் தமிழக அரசுத் தேர்வாணையம் நடத்தும் தேர்வெழுதி லைசென்ஸ் பெறவேண்டும்.

10. ஆயிரம் பக்கங்களுக்கு மேல் எழுதும் நாவலாசிரியர்கள் நார்த் அமெரிக்கா, சவுத் கொரியா, ஸ்வீடன் போன்ற நாடுகளுக்குச் சென்று தங்களுக்குத் தேவையான நியுஸ்பிரிண்டைத் தாங்களே நேரில் வாங்கிவர உத்தரவிடலாம். இவர்கள் ஓரொரு ஆண்டும் தலா ஆயிரம் மரங்களை நட்டு வளர்க்கவும் உத்தரவிடப்படுகிறது.

பி. மாசானமுத்துவின் பொன்மொழிகள்

எழுத்தாளர்கள் பொன்மொழிகளாத்தான் மக்களின் மனங்களில் நீடிக்கிறார்கள். இலக்கிய ஆக்கங்கள் எழுதுவதைவிட நேரடியாகப் பொன்மொழிகளை எழுதி வையத்துள் வாழ்வாங்கு வாழ்வதே மாசானமுத்துவின் திட்டம். அவரது பொன்மொழிகளுள் சில.

அர்ஜூனா, உசுப்பேத்துறவனை கடுப்பேத்துறவனிடம் கோர்த்துவிட்டு ஒதுங்கிக்கொள். வாழ்க்கை ஜாலியாக இருக்கும்.

உற்றுப் பார்க்காதே... ஒற்றுப்பிழை தெரியும்.

புத்தகத்தைக் கொடுத்து உஷார் பண்ண எண்ணாதே. புத்தகம், நட்பு இரண்டையும் இழப்பாய்.

நீங்கள் தூசிகளையே கவனித்துக்கொண்டிருந்தால், மூச்சுவிட சிரமப்படுவீர்கள்.

ஒரு வாசல் மூடி மறுவாசல் திறப்பான் இறைவன்; அதற்காக அவரை கேட் கீப்பராகவே பயன்படுத்தக்கூடாது.

ஓல்வினை உகுத்து வந்து பால்வினை ஊட்டும்.

ஊஞ்சல் ஆடி உடம்பைக் குறைக்க இயலாது.

சயனைடின் சுவையைச் சொன்னவர் இல்லை.

உண்மையான அன்பு பாட்டிலுக்குள் இருக்கும் சாராயம் போல. குடித்தாலன்றி போதையை உணர முடியாது.

சுயமே ஜெயம்!

யாதும் பாரே... யாவரும் குடிப்பீர்.

கம்பும் சொம்பும் பிறர் தர வாரா

சிரப்பொக்கும் எல்லா இருமலுக்கும்.

வாஸ்து பார்த்து வாழைக்குலை மாட்டு... உடனே ஏறும் எட்டணா ரேட்டு.

பட்டிதொட்டியெங்கும் பட்டியலடி

பி. மாசானமுத்துவின் கவிதை

பட்டியல் கவிதை எழுதுவது
பாம்புக்கு பேன் பார்ப்பது போல
பட்டியல் கவிதை எழுதுவது
பல்புகளை உடைத்து பச்சடி சமைப்பது போல
பட்டியல் கவிதை எழுதுவது
பாட்டிக்கு பாலே கற்றுக்கொடுப்பது போல
பட்டியல் கவிதை எழுதுவது
யானையின் கால்களுக்கு ஆடிடாஸ் தெரிவு செய்வது போல
பட்டியல் கவிதை எழுதுவது
பூனைக்கு பாஸ்போர்ட் எடுப்பது போல
பட்டியல் கவிதை எழுதுவது
ஜக்கி வாசுதேவுக்கு ழகரம் சொல்லிக்கொடுப்பது போல
பட்டியல் கவிதை எழுதுவது
பத்திரத்தைப் படித்துப் புரிந்துகொள்வது போல
பட்டியல் கவிதை எழுதுவது
ராகுல் காந்திக்கு பெண் பார்ப்பது போல
பட்டியல் கவிதை எழுதுவது
எம்.எல்.எம். ஆசாமியிடம் இலக்கியம் பேசுவது போல
பட்டியல் கவிதை எழுதுவது
லேவாதேவிக்காரியைக் காதலிப்பது போல
பட்டியல் கவிதை எழுதுவது
பெண்பிள்ளைகளுடைய எதிர்வீட்டுக்காரனின் புன்னகை கிடைப்பது போல

பட்டியல் கவிதை எழுதுவது
கல்யாணம் கழிஞ்ச நடிகைக்கு கதாநாயகி வாய்ப்பு கிடைப்பது போல
பட்டியல் கவிதை எழுதுவது
மரவட்டைக்கு மலைப்பாம்பின் சட்டையை அணிவிப்பது போல
பட்டியல் கவிதை எழுதுவது
பேச்சுப்போட்டிக்கு மன்மோகனை நடுவராக இருத்துவது போல
பட்டியல் கவிதை எழுதுவது
வீட்டுக்கடன் கிடைப்பது போல
பட்டியல் கவிதை எழுதுவது
பட்டி டிங்கரிங் பார்ப்பது போல
பட்டியல் கவிதை எழுதுவது
பட்டாயாவில் பஞ்சாமிர்தம் விற்பது போல
ஒரு நக்கல் சிரிப்பு
ஒரு மொண்ணைக் கத்தி
ஒரு முருங்கைக்காய்
ஒரு டயாப்பர்
ஒரு அனால்ஜின்
ஒரு எஸ்.எம்.எஸ்.
பட்டியலுக்கு போதுமானதாயிருக்கிறது
சிறு தும்மல்
சிறு கதறல்
சிறு பிளிறல்
சிறு கமறல்
சிறு உதறல்
சிறு சலம்பல்
பட்டியலுக்குக் காரணமாயிருக்கிறது
சின்ன பலப்பம்
சின்ன கரித்துண்டு
சின்ன செங்கல்
சின்ன நாமக்கட்டி
சின்ன ஆணி
சின்ன பிரஷ்
பட்டியலுக்கு வேண்டியதாயிருக்கிறது
பெரும் நப்பாசை
பெரும் பதட்டம்
பெரும் உஷ்ணக்கடுப்பு
பெரும் நெஞ்செரிச்சல்

பெரும் பவுத்திரம்
பெரும் கொலவெறி
பட்டியலுக்கு தேவையாயிருக்கிறது
பட்டியல் ஒரு சமகால சீற்றம்
பட்டியல் ஒரு சமகால அவஸ்தை
பட்டியல் ஒரு சமகால துர்க்கனவு
பட்டியல் ஒரு சமகால சைத்தான்
பட்டியல் ஒரு சமகால சரவல்
பட்டியல் ஒரு சமகால சங்கடம்
பட்டி
தொட்டியெங்கும்
பட்டியலடிப்போம்!

– கி.பி. *2016*

நேரம்: போதை தெளிந்திருக்காத நேரம்

இன்கிரிமெண்ட் பெற இனிய வழிகள்

விசாரித்துப் பார்த்ததில் அப்பரைசல் பேப்பர்களைக் கிழித்துக் காது குடைவதுதான் உலகியல்பு என்பது தெரியவருகிறது. சாதித்துக் கிழித்தெல்லாம் ஊதிய உயர்வு பெறும் யதார்த்தக் காலகட்டத்தைத் தாண்டி பின்நவீனத்துவ யுகத்தில் வாழ்கிறோம். பயமுறுத்தியோ அல்லது பரிதாபப்பட வைத்தோதான் சல்லி பெயர்த்தாக வேண்டும். நெடுநாள் ஆய்வுகளுக்குப் பின் எனது லட்சோப லட்ச வாசகர்களுக்காக சில டிப்ஸுகளை வழங்குகிறேன்.

1) 'ஹேங்க் ஓவர்'–ல் வரும் தாடிக்காரன் போல தோற்றம் மாறுகிற வரைக்கும் முடிவெட்டுதல், முகச்சவரம் செய்தல், தலைக்கு எண்ணெய் தேய்த்தல், தலை சீவுதல் ஆகிய நான்கினையும் தீவிரமாக கைவிடல் வேண்டும். உங்களது பார்வை டிஷ் ஆண்டனா போல் வான் நோக்கியோ அல்லது தெரு விளக்கு போல தரை நோக்கியோ மட்டும் இருக்கட்டும். 'ஏன் தம்பி சேவிங் பண்ணலையா' எனக் கேட்கும் எவரிடமும் 'காசில்லை சார்...' எனச் சொல்லக் கற்றுக்கொள்ள வேண்டும்.

2) பரணில் ஏறி தாத்தாக்களின் பழைய பட்டன் போன சட்டைகளைத் தேடி எடுத்து அணிய வேண்டும். பித்தான்கள் இல்லாத இடங்களில் ஊக்குகளைப் பயன்படுத்த வேண்டும். இம்முறையில் ஒரு சட்டைக்கு குறைந்தபட்சம் 4 ஊக்குகளேனும் இருத்தல் உசிதம்.

3) ஒரு ஞாயிற்றுக்கிழமை காலை மேலாளரின் வீடுதேடிப் போய் 'சார்... பழைய சட்டை, பேண்ட் எதுனா இருந்தா கொடுங்க சார்...' என கேட்பது கூடுதல் பலன் தரும்.

4) உங்களது மேஜையில் மானேஜர் கண்ணில் படும்படி சீசன் டவல், டூத் பிரஷ், டூத் பேஸ்ட், சோப்பு டப்பா, சீயக்காய் பொடி ஆகியவற்றை அடுக்கி வைத்துக்கொள்ளவும். என்ன தம்பி இது என பரிவுடன் விசாரித்தால் 'வீட்டுல தண்ணி பில் கட்டி ஆறு மாசம் ஆச்சி சார்... இப்ப இங்கனதான் சார் குளியல்' என பதிலளிக்கவும்.

5) சாயங்காலம் மணி 5:00–ஐ தொட்டதும் மின்னல் வேகத்தில் ஆபிஸிலிருந்து ஓடி மறையவும். 'ஏம்பா அவ்வளவு சீக்கிரம் கௌம்பற' என விசாரித்தால், 'சாயங்காலம் 6:00 டூ 11:00 ஒரு தட்டுக்கடையில பார்ட் டைம் ஜாப் பாக்கிறேன் சார்' என பதில் சொல்லலாம்.

6) அலுவலக கார் பார்க்கிங் ஏரியாவில் ஒரு கூடையைக் கவிழ்த்து 4 கோழிகளை வளர்க்க ஆரம்பிக்கவும். அப்புக்குட்டி ஸ்டைலில் அவற்றை வாஞ்சையோடு வளர்த்து அலுவலகத்திற்குள்ளேயே முட்டை வியாபாரம் ஆரம்பிக்கவும்.

7) அடிக்கடி மேனேஜருக்கு போன் செய்து, "சார், பெட்ரோல் இல்லாம மவுண்ட்ரோட்டுல நிக்கிறேன்; யார்கிட்டயாச்சும் ஒரு 30 ரூபா கொடுத்து அனுப்புங்க"ன்னு சொல்லவும்.

8) அலுவலகத்திற்கு சாப்பாடு எடுத்துவரும் டப்பர் வேரை கடாசிவிட்டு தூக்கு வாளியில் 'தண்ணியும் பழையதுமாக' எடுத்து வரவும். மானேஜர் சாப்பிடச் செல்லும் நேரமாகப் பார்த்து, டைனிங் டேபிளில் அவருக்கு எதிரில் அமர்ந்துகொள்ளவும். அவர் கொண்டு வந்திருக்கும் பொரியல், அவியல் சமாச்சாரங்களில் சரிபாதியைக் கேட்டு வாங்கி சாப்பிட வேண்டும்.

9) டேபிளில் நல்ல ஆங்காரமான காளி படம் ஒன்றை வைத்துக்கொள்ள வேண்டும். போட்டோவின் அடியில் ஏராளமான குங்குமத்தைக் கொட்டிவைத்து அதன் மீது ஒரு எலுமிச்சையை வைத்துக்கொள்ளவும். டேபிளின் இடது ஓரத்தில் மலையாள மாந்த்ரீக போதகம், ஏழே நாட்களில் ஏவல் கற்றுக்கொள்ளுங்கள் போன்ற புத்தகங்களை அடுக்கி வைத்துக்கொள்ளவும்.

11) எப்போதும் பாய்சன் விலை எவ்வளவு; சயனைடு எங்க கிடைக்கும்; தூக்கு போட கயிறு எவ்வளவு முழம் வேண்டும் என்று விசாரணையை முடுக்குதல் உடனடி பலன் தரலாம்.

12) கம்பெனி சார்பில் நடத்தப்படுகிற 'பால் ரூம் பார்ட்டிகளுக்கு' வீட்டிலிருந்து பாத்திர பண்டங்களை கையோடு எடுத்துவர

வேண்டும். பார்ட்டி நடக்கும்போதே பாத்திரங்களில் உணவுப்பொருட்களை வாங்கி அடைக்க வேண்டும்.

14) 'உயிர் காக்க உதவுங்கள்' பாணி அட்டைகளை தயார் செய்துகொள்ளவும். (சாம்பிள் அட்டைகள் கோயம்பேடு பேருந்து நிலையத்தில் கிடைக்கும்; நானே தயாரித்து கொடுக்கவேண்டுமெனில் காப்பிரைட்டிங் செலவினங்கள் தனி) லிஃப்டிற்குள் நுழைந்ததும் உள்ளிருப்போரிடம் மவுனமாக வினியோகியுங்கள். (ஓரிருவர் பழக்கதோசத்தில் சில்லறை தருவார்கள்; வாங்கிக்கொள்ளுங்கள்)

15) முகநூலில் 'உடல் உறுப்புகள் விற்பனைக்கு... சிறுநீரகம் – 2 லட்சம் (இரண்டையும் வாங்குவதாக இருந்தால் 20% சிறப்பு தள்ளுபடி!); கல்லீரல் – 3 லட்சம்; ரத்தம் லிட்டர் ஒன்றுக்கு – ரூ.2,475/–' என அறிவியுங்கள்.

என்னுடைய கட்டுரைகள் சிறப்பாக எடிட் செய்யப்பட்டவை என்பதை நிரூபிப்பதற்காகவே 10 மற்றும் 13 பாயிண்டுகளை நீக்கி என் கற்பை நிரூபித்துள்ளேன்.

டான் என்பவர்

பி. மாசானமுத்து கவிதை

டான்
வேகமாக கணக்கிட்டு
காரியங்கள் நிகழ்த்துபவர்
ஆயினும் கணக்குப் பாடத்தில் வல்லுனர் அல்ல!
டான்
பகல் வேளைகளில்
சீட்டாடிக்கொண்டோ
சதுரங்கக் காய்களை நகர்த்திக்கொண்டோ இருப்பார்
ஓழிந்த வேளைகளில்
புகை விட்டுக்கொண்டும்
குடித்துக்கொண்டும் இருப்பார்
ஆயினும் அவர் ஓர் ஊதாரி அல்ல!
டான்
ஒரு பெண் பித்தர் அல்ல
ஆயினும் பெண்களை
மோந்து பார்த்துக்கொண்டே கிடப்பார்.
டான்
ஒரு சிம்மக்குரலோன்
ஆயினும் ஹஸ்கி வாய்ஸில்தான் பேசுவார்!
டான்
பாஸ்போர்ட் அற்றவர்
ஆயினும் எல்லா நாடுகளின்
விசாவும் அவரிடத்தில் உண்டு!

டான்
ஒரு டாம் டாம் டானிக் போல
பார்வைக்கு குளிர்பானம் போலத்தான் இருப்பார்
ஆயினும் கசப்பானவர்!
டான்
யாரும் துரத்தாத போதும்
சுரங்க ரயில் பாதையில்
பாதாள சாக்கடைக் குழாயினுள்
பாலங்களுக்கு அடியில் ஓடிக்கொண்டிருப்பார்
ஆயினும் அவர் ஓர் ஓட்டப்பந்தய வீரர் அல்லர்!
டான்
தன்னுடலில் பாய்ந்த தோட்டாவினை
தானே நோண்டி எடுத்துக்கொள்வார்
ஆயினும் அவர் ஒரு டாக்டர் அல்ல!
டான்
ஆழநெடுங்கடலிலோ
ஆளரவமற்ற தீவுகளிலோ
ஆலம்சூழ் வனாந்தரங்களிலோ
அனாதரவாய் சிக்கிக்கொண்டாலும்
தப்பித்து வந்துவிடுவார்
ஆயினும் அவர் ஒரு சர்வைவல் நிபுணர் அல்ல!
டான்
தன் தொழில் ரகசியங்களை
சிகரெட் அட்டையிலோ
எல்.ஐ.சி ஏஜென்ட் கொடுத்த டைரியிலோ
2 ஜிபி பென் டிரைவிலோ வைத்திருப்பார்
அதை அவரே வேண்டுமென்று தொலைத்துவிடுவார்
டான்
தன்னைக் காட்டிக்கொடுப்பவர்களை
விட்டுவைக்கமாட்டார்.
அது முகம் பார்க்கும் கண்ணாடியாக இருந்தாலும்கூட
டான்
சபையில் தோன்றி ஆடவேண்டுமெனில்
உலகெங்கிலுமுள்ள
கொள்ளைக் கூட்டத் தலைவர்கள்
உச்சி மாநாடு நடத்தியாக வேண்டும்.
டான்
அமிதாப்பைப் போல உயரமாகவோ

ரஜினியைப் போல பரட்டைத் தலையுடனோ
அஜீத் போல பேழை வயிறுடனோ
அல்லது ஒரு நிஜமான டானைப் போலவோ இருக்கலாம்
டான்களைப் பார்த்தே
கோபிநாத் கோர்ட் அணியக் கற்றுக்கொண்டார்
டான்களைப் பார்த்தே
மிஷ்கின் கண்ணாடி அணியத் துவங்கினார்
டான்களைப் பார்த்தே
நித்தி தப்பித்து ஓடவும், தலைமறைவாகவும் கற்றுக்கொண்டார்
டான்களைப் பார்த்தே
மணிரத்னம் தந்தி வசனங்கள் எழுத ஆரம்பித்தார்
டானால்
தப்பிக்க முடியாத சிறை
இதுவரை
கட்டப்படவில்லை.
டானின்
உயிர் பறிக்கும் தோட்டா
உருவாக்கப்படவில்லை
டான்
மோகம் கொள்ளும்
விழிதிகழ் அழகி பிறக்கவில்லை
டான்
தன்னிலை மறக்கும்
'தண்ணி' எந்த டாஸ்மாக்கிலும் இல்லை.
டான் ஒரு காந்தி
டான் ஒரு புத்தன்
டான் ஒரு பித்தன்
டான் ஒரு ஜித்தன்
ஆனால் பாருங்கள்
டைரக்டர் 'பேக்–அப்' சொன்னதும்
'டானென்று' அவர் வீட்டிற்கு வந்தாகவேண்டும்.

– 30–02–2017

ரயில்வே நேரம்: *18:45*

பத்தாயிரம் பிரதிகள் விற்பனையாக

அம்மா பதிப்பகத்திற்கு அடியேன் வழங்கிய ஆலோசனைகள் என்னைப் புத்தகச் சந்தையின் போக்குகளை அவதானிக்கக்கூடியவர் என வாசகர்களை நம்ப வைத்திருக்கிறது. பலரும் கேட்டுக் கொண்டதன் பேரில் கடுமையான களைப்பு, புறக்கணிப்பு, நோய்மை, துரோகங்களுக்கு மத்தியிலும் இதை எழுதிக்கொண்டிருக்கிறேன். வழக்கமாக பகல் பதினொரு மணிக்கு என்னை கைவிட வரும் இறைவனைக்கூட சாயங்காலமா வாய்யா எனச் சொல்லி யிருக்கிறேன். இனி கட்டுரை.

சேர்ந்தாற்போல இரண்டு வரிகள் எழுதத் தெரிந்துவிட்டால் உடனே புத்தகம் போட்டுவிடுகிற தீவிர நோய் தமிழ்நாட்டில் வேகமாகப் பரவிவருகிறது. புது சிம்கார்டுக்குப் படிவம் நிரப்ப ஆகும் நேரத்தை விட மிகக்குறைவான நேரத்தில் முழுப்புத்தகத்தையும் எழுதி சாயங்காலத்திற்குள் அச்சடித்து இருட்டுவதற்குள் 'இலக்கிய சாம்ராஜ்' என அறிவித்துவிடுகிறார்கள். அப்படி வெளியாகிற புத்தகங்களை ஆசிரியரையும், பிழை திருத்துபவரையும் தவிர வேறு யாரும் படிப்பதில்லை என இன்ஸ்டண்ட் எழுத்தாளர்களில் பலரும் மனச்சோர்வில் இருப்பதாகத் தெரியவருகிறது. 'நமக்கு நாமே மாமே' திட்டத்தின்படி செயல்பட்டால் சுமார் பத்தாயிரம் பிரதிகள் வரை விற்பனை செய்யலாம்.

1) 'ஒரு லட்சம் பிரதிகள் விற்பனைச் சாதனையை நோக்கி...' எனும் முழக்கத்துடன் மல்டி கலர் போஸ்டர் அடித்து தமிழகம் முழுவதும் உள்ள புத்தக விற்பனையகங்களில் ராவோடு ராவாக ரகசியமாக ஒட்டிவைக்கலாம். இவ்வளவு பிரதிகள் விற்ற ஒரு புத்தகத்தை எப்படி வாங்காமல் போனோம் என அவனவன் குழம்பி உடனே ஒரு பிரதி வேண்டுமென ஒற்றைக் காலில் நிற்பான்.

2) புத்தகம் பற்றிய விசாரணைகளின் வீரியம் தாங்காமல் வியாபாரிகள் நம்மைத் தொடர்பு கொண்டு "100 புத்தகங்கள்

அனுப்பி வையுங்கள். நிறைய டிமாண்ட் இருக்குது" என்பார்கள். 'பப்பரக்கா' என உடனே அனுப்பிவைத்துவிடக் கூடாது. "சாரி ஸார். நோ ஸ்டாக்! சிக்ஸ்த் எடிஸன் பிரிண்ட்ல இருக்குது. ஒன் வீக் ஆகும்"னு லேசா நூல் விட்டு அனுப்பினாத்தான் உடனே பேமண்ட்!

4) "ஐம்பதாண்டு கால நவீன இலக்கிய வரலாற்றின் ஒரே ஈவு 'லவ் நிலாக்கள்'தான். மத்ததெல்லாம் அடாசு!" என முறையே சாரு, ஜெமோ துவங்கி அயன்புரம் சத்தியநாராயணன் வரைக்கும் மிட்நைட் மெஸெஜ் அடிச்சா விடியறதுக்குள்ள ஜெ. நானூறு பக்கங்கள், சாரு நாற்பது பக்கங்கள்னு இணையத்துலேயே நாறடிச்சுருப்பாங்க... காம்பவுண்ட் நெகட்டிவ் மார்க்கெட்டிங்!

5) ஏதாவது இலக்கிய அமைப்பிலோ, வாசகர் வட்டத்திலோ அடித்துப் பிடித்து பதவிகள் வாங்கிவிட வேண்டும். உறுப்பினராக நீடிக்க வேண்டுமானால் ஆளுக்கு பத்து புத்தகங்கள் வாங்கி உறவினர்களுக்குப் பரிசளிக்கும்படி தீர்மானம் கொண்டுவரலாம். அப்புறம் குடும்பத்தில் அவர் உறுப்பினராக இருப்பாரா என்பது அவரது சொந்தப் பிரச்சனை!

6) விகடன் போன்ற பத்திரிகைகளுக்கு விமர்சனத்திற்குப் புத்தகம் அனுப்பும்போது, ஃப்ரம் அட்ரஸில் முகவரி எழுதாமல் ரத்தச் சிவப்பில் மண்டை ஓடு படம் மட்டும் வரைந்து அனுப்பினால் திகிலாகி ஏதேனும் க்ளூ கிடைக்கிறதா என முழுப்புத்தகத்தையும் படித்துவிடுவார்கள். அப்புறம் படித்துவிட்ட காரணத்தினாலேயே வரவேற்பறை பகுதியில் 'கவனிக்கத்தகுந்த' படைப்பு என்று பப்ளிஷ் ஆகலாம். உங்கள் நேரம் சனியன் சடை பின்னும் நேரமாக இருந்தால் கமிஷனர் ராஜேந்திரனே கவரைப் பிரித்து 'தக்க' பின்னூட்டமிடுவார்.

7) "அகமனதின் அனத்தல்களை அனாயசமாகப் பின்னிப்பிணைந்து புனைவுலகின் உச்சத்தை நோக்கி முன்னகரும் இந்தப் பிரதி அந்தரங்கமான ஆனால் தீவிர நிராயுதத்தன்மையான கேள்விகளை முன்வைக்கிறது" என ஒரு மார்க்கமான மொழியில் ரிவிவ்யூ எழுதி ஏதேனும் சிற்றிதழ்களில் இடம்பெற வைத்தால் இலக்கிய அந்தஸ்து வந்துவிடும். அடுத்த இதழிலே 'எதிர்வினைகள்' தூள் பறக்கும். உங்களுக்கான ஒளிவட்டமும், புதிய கோஷ்டியும் உருவாகிவிட்டதாக நீங்கள் கற்பிதம் செய்துகொள்ளலாம்.

8) உங்கள் இலக்கிய எதிரிகளின் பட்டியலை முகவரியோடு தயார் செய்துகொள்ளுங்கள். அனைவருக்கும் வார நாட்களாகப்

பார்த்து வி.பி.பி.யில் புத்தகங்களை அனுப்பி வையுங்கள். உங்கள் எதிரி வேலைக்குப் போயிருக்கும் சமயமாக தபால்காரர் வருவார். "நம்ம வீட்டுக் கோட்டிதான் ஆர்டர் கொடுத்திருக்கும்" என்ற நம்பிக்கையில் அவர்தம் மனைவியரும் தொகையை செலுத்தி பார்சல்களை வாங்கிக்கொள்வர்.

9) முதலில் இரண்டாயிரம் ரூபாய் செலுத்தி இருபது புத்தகங்கள் வாங்கவேண்டும். பிறகு அவரே இருபது பேரைச் சேர்த்துவிட்டால் சிங்கிள் ஸ்டார். அவருக்கு டேபிள் ஃபேன். இருநூறு பேரைச் சேர்த்துவிட்டாரெனில் சுப்ரீம் ஸ்டார். அவருக்கு ஒரு சீலிங் ஃபேன். இரண்டாயிரம் பேரைச் சேர்த்துவிட்டால் சூப்பர் ஸ்டார். ஷூட்டிங் ஸ்பாட்டில் வைக்கும் ராட்சஸ புரொபல்லர் ஃபேன்! மல்டி லெவல் மார்க்கெட்டிங்.

10) புத்தகம் வெளியான அடுத்த நாளிலிருந்தே "வண்ணதாசன் ஒரு அழுகுணி!; சுஜாதா ஒரு புழுகுணி!; க.நா.சு ஒரு காப்பிரைட்டர்!; ஜெயகாந்தனை நிராகரிக்கிறேன்"னு சிற்றிதழ்கள், பிளாக், கை துடைக்கிற டிஸ்யூ பேப்பர் எது கிடைச்சாலும் டிஸ்கார்ட் ஸ்டேட்மெண்ட்ஸா எழுதிக்கிட்டே இருக்கனும். இந்த மசுராண்டி அப்படி என்னதான் எழுதிக் கிழிச்சிருக்கான்னு வாசகன் உங்க புத்தகத்தைத் தேட ஆரம்பிப்பான்.

11) புத்தகத்திற்கான விளம்பரத்தை மாஜிக் பாட், பாடி பில்டர்ஸ், டிரினிட்டி மிரர், ந்ருசிம்ஹப்ரியா, மூலிகை மணின்னு சம்பந்தா சம்பந்தமில்லாத பத்திரிகைகளுக்குக் கொடுங்கள். என்ன மாதிரியான புத்தகம் இதுன்னு யாரும் ஒரு முடிவுக்கே வந்துடக்கூடாது.

12) "என் பால்ய கால சினேகிதன் கலைஞர் கருணாநிதிக்கு"ன்னு புத்தகத்தை சமர்ப்பணம் செய்யலாம். அட்டைக்கு அப்பால் வாசிக்கும் வழக்கமற்ற திராவிட அரக்கர்கள் வாங்கிக் குவிப்பார்கள்.

13) தொலைதூர ரயில் பயணங்களில் யார்கிட்டயும் பேசாமல் நகரும் மரங்களை வெறிச்சு பார்த்துக்கிட்டே ஏக்கப் பார்வை ஏகாம்பரங்கள் டிராவல் பண்ணிக்கிட்டு இருப்பானுங்க. மெள்ள அப்ரோச் பண்ணி "என் வாழ்க்கையையே மாத்தின புக்கு சார் இதுன்னு..." டைரக்ட் மார்க்கட்டிங்ல இறங்கிறணும்.

கிண்டில் வாசகர்கள் பல நுட்பங்களைத் தவறவிடுபவர்கள்னு நான் ஏன் சொல்கிறேன். நீங்கள் மூன்றாவது பாயிண்டை தவறவிட்டுவிட்டீர்கள் பார்த்தீர்களா?

ஈரட்டி இலக்கிய மாநாடு

பல்வேறு விதிமுறைகள் கெடுபிடிகளுடன் இலக்கியக் கூடுகைகளை நடத்திவந்த மேஜர் ஜெனரல் ஜெயமோகன் முதன்முறையாக 'என்னமும் பேசலாம், எப்படியும் சிரிக்கலாம்' என ஈரட்டி மலைக்கிராமத்தில் ஒரு நண்பர்கள் சந்திப்பை ஒருங்கிணைத்தார். அந்தச் சந்திப்பைப் பற்றிய குறிப்புகள் இங்கே.

மட்டன் சிக்கனும் மத்தியானத் தூக்கமும் அனுமதிக்கப்பட்ட முதல் கூடுகை. அபூர்வமாகச் சமகால அரசியலும் அலசப்பட்டது. சம்சார சாகரத்தில் குதிக்காதவர்களுக்கும் குதித்து மேண்டில் உடைந்தவர்களுக்கும் சிறப்பு 'மனைமாட்சி' வகுப்புகள் எடுக்கப்பட்டன. இனி இவனுககிட்ட இலக்கியம் பேசி பிரயோசனமில்லையெனும் முடிவில் 'சிம்பன்ஸிக்களின் மதச் சடங்குகளும் நாயக்கர்களின் குறட்டைகளும்: ஓர் ஒப்பியல் ஆய்வு' எனும் தலைப்பில் ஆசானின் தனியாள் நடிப்பு நிகழ்வு (தமிழில் மோனோ ஆக்டிங்) நடந்தது. தொடர்ந்து பெங்கால் புலி நடிப்பில் வெளியான 'ஆத்தா நான் வயசுக்கு வந்துட்டேன்' ஆவணப்படம் குறித்து சிலாகிக்கப்பட்டது.

இலக்கிய வாசகன் எனும் லைசென்ஸ் எடுத்துவிட்டால் அரசியல், சினிமா, இன்றைய கல்விச் சூழல், நீதித்துறை, மருத்துவம், வேளாண்மை, வெளியுறவுக் கொள்கை, உடலுறவுக் கொள்கை என வானத்தின் கீழுள்ள அனைத்தையும் (மனைவியைத் தவிர) விமர்சிக்க முடியுமென்கிற விதியின்படி அனைத்தும் அவ்வப்போது விவாதிக்கப்பட்டன.

வெ. சுரேஷ் இறுதி நேரத்தில் 'கலந்துகொள்ள முடியாது என்றே

நினைக்கிறேன்' என்றே நினைத்ததால் மிமிக்ரி செய்வதும் பாடுவதும் ஆசானின் சுமையாயிற்று. இரவில் கேரள கம்யூனிஸ்ட் பிரச்சாரகர் சாம்பசிவம், ஐயப்ப பைஜூ, மரியா ஷரபோவா ஆகியவர்களை ஆசான் நிகழ்த்திக்காட்டி கண்ணில் நீர் வர சிரிக்க வைத்தார். விளக்கை அணைத்ததும் பாடத் துவங்கினார். பாட்டில் ராகம் தாளம் பாவம் எல்லாம் நன்றாக இருந்தும் வரிகள் புரியவில்லை. கதிர், இது குறட்டைல்லா என்றார்.

சேலம் பிரசாத் தூக்கத்தில் உளறுவார் என்று கேள்விப் பட்டிருக்கிறேன். அது அபாண்டம். உரையாற்றுவார். கலவை என்னாச்சு, கான்கிரீட்டுக்கு தண்ணீ காட்டு என உறக்கத்தில் ஒரே கட்டளை மயம். என்னே தொழில் பக்தி? ஒரு காமன்மேனுக்கு கட்டிட காண்டிராக்டர் கொடுக்காமல் அலைக்கழிக்கும் சம்மூகத்தை நொந்துகொண்டேன். நேரம் ஆக ஆக பிரசாத் கட்டிக்கொண்டிருப்பது கட்டிடம் அல்ல அரண்மனை எனப் புரிந்தது. “ஏய் அண்ணாச்சி... சிமெண்ட் மூடை தீர்ந்து போச்சி... இனி நாளைக்குத்தான் வேல” என நான் பதில் குரல் கொடுத்த பிறகே அடங்கினார்.

இரவில் நட்சத்திரங்களைப் பற்றி குவிஸ் செந்தில் வகுப்பெடுத்தார். ஈஸ்வரமூர்த்தி ஆர்வ மிகுதியில் ஒரு நட்சத்திரத்தைக் காட்டி “அண்ட்ரெஸ்” என்று கூவினார். “அது ஸ்ட்ரீட் லைட் மேன்...” என்று கூட்டத்தில் யாரோ பதில் சொன்னார்கள். அந்த யாரோ என்பவர் கட்டுரையாளர்தான் என்பதைப் புரிந்துகொள்பவனே நுட்ப வாசகன்.

இரண்டாம் நாள் மதியம் மிக விரிவான வெண்முரசு கலந்துரையாடல் மூன்று நிமிடங்களுக்கு நிகழ்ந்தது. நான் தொகுத்தளித்த கருத்துக்களைக் கேட்டு ஆசான் “அஜிதனுக்கு அடுத்து என் கலையுலக வாரிசு நீதானடா” எனக் கண்ணீர் மல்கினார். இடைக்கிடை சிலர் தமிழக வரலாறு ஏன் எழுதப்படவில்லை, மத குறுங்குழுக்களின் செயல்பாடு, நாவல் எழுதுவதற்கு முன் தயிரில் சர்க்கரை கலந்து சாப்பிடுவீர்களா என அறிவியக்கத்திற்கு சற்றும் தொடர்பில்லாத கேள்விகளைக் கேட்டு தொந்தரவு செய்தபடியே இருந்தனர்.

இரவுணவைப் பிசைந்த ஆசான் கையில் சிக்கிய ஒன்றைத் தூக்கிக் காட்டி, “இது என்ன காய் பார்க்க அழகாக இருக்கிறதே” என்றார். “அது கோழிக்கால் சார்” என்றேன். “டோராவுக்குப் போடுறதெல்லாம் எனக்குப் போடறீங்களா விஜயராகவன்” என்றார்.

“வேண்டாம்னா வச்சிருங்க கோழியோட கொண்டை இருக்குது தாரேன்” என்றார் அவர்.

வினோத் தான் இயக்கப்போகும் படம் எப்படி இருக்கும் என்பதைக் குறியீடாக உணர்த்தும் வகையில் ஒரு டிசர்ட்டை மாற்றி அணிந்திருந்தார். அவரைச் சொல்லிக் குற்றமில்லை. குறியீட்டுக் கோமான் மிஷ்கினிடம் தொழில் கற்பவர். மறுநாளைக்கு அவரை வலுக்கட்டாயமாக அருவியில் குளிக்க வைக்க முயற்சித்தபோது, “சும்மா போட்டு பாடாப் படுத்தாதடே இப்பத்தாம்டே குளிச்சது” என்றார். நாயர்களை நம்ப முடியாது. “எப்பவே குளிச்சிரு” என்றேன். “மழைப்பாடல் செம்பதிப்பு வந்துச்சில்லா” அப்பத்தாம்னார்.

‘கேட்ச் மீ ராகவ்’ பார்ப்பதற்கு பரோலில் வந்த சஞ்சய் தத் போல ஓங்கு தாங்காக இருந்ததாலும் மீசை ஒரு சைஸாக இருந்ததாலும் நான் அவ்வளவாக வைத்துக்கொள்ளவில்லை. சித்த மருத்துவ சிகாமணி தங்கவேல் படம் எடுக்கும் போதெல்லாம் ஆசானும் கே. பி. வினோத்தும் சிணுங்கிக்கொண்டிருந்தாலும் அமைப்பிற்குள் சூடு சொரணைக்கு இடமில்லை என்பதால் மனம் தளராமல் எடுத்தார். ஆனால், ஜூபிடர் நட்சத்திரத்திற்கு ஸூம் போட்டு எடுத்ததுதான் கொஞ்சம் ஓவராகப் பட்டது.

டவரே இல்லாத செல்போனிலும் அரங்கா அவ்வப்போது, “பத்து எல்லு வாங்கிட்டு டீலை முடிச்சிரு”, “ஜோர்டான் ஃபெல்போர்ட்டுக்கு ப்ரபசல் அனுப்பிச்சாச்சா” “ஸாரி... இந்த வீக் கோல்ஃப் ஆட வரமாட்டேன்” என பேசிக்கொண்டிருந்தார். இதெப்படி சாத்தியம் என வியந்தபோது “ஒரு தொழிலதிபருக்கு சிக்கல் இருந்தா போதும்; சிக்னல் தேவை இல்லை” என்றார் ஆசான்.

அருணாசலம் மகாராஜன் தன்னால் இயன்ற எளிய பங்களிப்பாக மூன்று கட்டில்களை உடைத்ததாகச் சொன்னார்கள். மாலை நடை மலைப் பிரசங்கத்தின்போது நன்றாகப் பாடினார். கத்தாரின் புரட்சிப்பாடல்தானே இது என்றால் ‘ப்ரேமம்’ படத்தின் டூயட் பாடலாம். சரி, போட்டு. தொண்டைக்குள் இறங்கி தூர்வாற நாமென்ன சூப்பர் சிங்கர் ஆனந்த் சாரா?

“காட்டு விலங்குகள் பயன்படுத்திய இந்தப் பாதை வழியே ஊர்ந்து சென்றால் கொடிய விலங்குகள் நீரருந்துவதைப் பார்க்கலாம்” என்றார் விஜயராகவன். நான் எவ்வளவோ மறுத்தும் கேட்காமல் முள்ளில் கிழிபட்டு கல்லில் அடிபட்டு உருண்டு புரண்டு தவழ்ந்து சென்றால், அங்கே ஒரு கிழவி ஸ்மார்ட்போனை வைத்து ஃபார்ம்

வில்லி விளையாடிக்கொண்டிருந்தாள்.

விஜயராகவன் இரண்டு நாட்களும் ஒரு சிறிய கரட்டை கை காண்பித்து அதை வந்திருந்த அனைவரும் மலையென்று நம்பவேண்டுமென மன்றாடிக்கொண்டே இருந்தார். ஒரே பறவையை அவ்வப்போது மாம்பழச் சிட்டு, உழவாரக்குருவி, லாங் டெயில் டோரங்கோ, ஃப்ளை கேச்சர் என பல்வேறு பெயர்களில் அவர் அழைத்தபோதுதான் பறவைகளும் புனைப்பெயர்களில் இயங்குகின்றன எனும் உண்மையை உணர்ந்துகொண்டேன். ஆளரவம் கேட்டு புதருக்குள் ஓடி ஒளிந்த ஒரு பூனைக்குட்டியை அவர் மரநரி என்றதைத்தான் என்னால் தாங்கமுடியவில்லை.

நெகிழ்த்துக் கலைஞர் கடலூர் சீனு வந்திருக்கலாம் என நினைத்துக்கொண்டேன். அலுவலகம் வந்து நினைவுகளை எழுத அமர்ந்தால் சீனு வந்து கேபின் கதவைத் தட்டினார். சாத்தானுக்கு நாம் நினைப்பது தெரியும்.

இலக்கிய வாசகனின் இணையற்ற பாவனைகள்!

பரதம், கதகளியை விட பாவனைகளால் நிரம்பியது இலக்கிய வாசகனின் வாழ்வு. தமிழிலக்கியத்தின் இணையற்ற பாவனைகளை ஒருவன் ஐயந்திரிபற அறிதல் அவசியம்.

சம்பாஷணை

இரு இலக்கிய நண்பர்கள் சந்தித்துக்கொண்டால், "எப்படி இருக்கீங்க" எனக் கேட்கமாட்டார்கள். "என்ன எழுதிக்கிட்டு இருக்கீங்க" என்றுதான் கேட்பர். இருவரும் பரஸ்பரம் எதுவுமே எழுதாமல் இலக்கியச்சூழல் ஏன் இத்தனை மாசுபட்டிருக்கு என ஃபேஸ்புக்கில் ஸ்டேட்டஸும், சரக்கு பாட்டிலுடன் செல்ஃபியும்தான் போடுவார்களென்றாலும்கூட இப்படிக் கேட்பதுதான் இலக்கிய மரபு.

சமீபத்திய உதாரண உரையாடல் ஒன்று உங்கள் பார்வைக்கு.

நான்: என்ன தோழர்... என்ன பண்ணிக்கிட்டு இருக்கீங்கஞ்?!

நண்பர்: ஒரு பெரிய முயற்சி தோழர்...

நான்: என்ன தோழர் பெரிய முயற்சிஞ் எதும் நாவல் எழுதறீங்களாஞ்?!

நண்பர்: ச்சே... கம்ப்யூட்டர்ல தமிழ் டைப் அடிக்கலாம்னு எப்ப வந்திச்சோ... அப்பவே நாவல் எழுதறதெல்லாம் சப்ப மேட்டரா யிடுச்சி தோழர் (அப்ப... நீ எத்தனடா எழுதியிருக்க வெண்ண...) இது வேற தோழர் இரண்டாயிரம் வருட தமிழிலக்கிய வரலாற்றில்

யாரும் செய்துபார்த்திராத பெருமுயற்சி தோழர்ஞ்

நான்: என்ன நண்பா பீடிகை பலமா இருக்குஞ்

நண்பர்: ஒரு நெடுங்கவிதை எழுதறேன் தோழர்... அச்சுல குறைஞ் சது நானூறு பக்கங்கள் வரும்...

நான்: இதுல என்ன தோழர் புதுமை வேண்டிகெடக்குஞ் ஏற்கனவே கம்பராமாயணம், சிலப்பதிகாரம்னு நெடுங்கவிதையாடல் மரபு இருக்கே...

நண்பர்: லூசு மாதிரி பேசாதீங்க தோழர்... அதெல்லாம் சிறு சிறு தனிக்கவிதைகள் கொண்ட தொகுப்பு... நான் எழுதப்போறது சிங்கிள் கவிதை நானூறு பக்கம்...

நான்: 'என்ன தோழர்ர்ர்... என்ன சொல்றீங்க... நானூறு பக்கத்துக்கு ஒரு சிங்கிள் கவிதையா... வாசிச்சு முடிக்கிறதுக்குள்ள அல்லு சில்லாயிடுமே... கேட்கவே விபரீதமா இருக்கே... தலைப்பு என்ன வச்சிருக்கீங்க...

நண்பர்: 'குடை'

நான்: தலைப்ப இவ்வளவு சின்னதா வச்ச நீங்க கவிதையையும் கொஞ்சம் சிறுசா ப்ளான் பண்ணிருக்கலாம் தோழர்...

நண்பர்: லூசு மாதிரி பேசாதீங்க தோழர்... (கப்பிப்பயலே... நானாடா லூசு!) நீங்கள்லாம் காலம் காலமா கவிதைக்கு இலக்கணம்னு கற்பனை பண்ணிட்டு இருக்கிற விஷயத்தை நான் உடைக்கப் போறேன். இருபத்தொன்றாம் நூற்றாண்டுல உலக மொழிகள்ல எவனும் என்னைப் போல சிந்திச்சதில்ல. இலக்கியத்தில் புதுப்பாய்ச்சல்...! சரி... தோழர் நீங்க என்ன எழுதிக்கிட்டு இருக்கீங்க...

நான்: நான் உங்க அளவுக்கு என் சிந்தனைகளை குறுக்கிக்கல தோழர்... புதுசா ஒரு சமய நூல் எழுதறேன் தோழர். பகவத் கீதை, பைபிள், குரான் போன்ற நூல்கள் எழுதப்பட்டு பல ஆயிரம் வருடங்கள் ஆகிவிட்டன. இந்த பின்காலனிய சூழல்ல மனிதனுக்குப் புதிய வேத நூல் ஒண்ணு தேவைப்படுது இல்லையா... அதைத்தான் பூர்த்தி பண்ணலாம்னு இருக்கேன் (தக்காளி... யாருகிட்ட... நீ படிச்ச ஸ்கூல்ல நான் பிரின்ஸிபால்பாடா)

மறுவாசிப்பு

இலக்கிய வாசகனுக்கு ஒருபோதும் புதுவாசிப்பில்லை. அனைத்துமே

மறுவாசிப்புதான். புதிதாகவே வாசித்தாலும்கூட. சமகாலத்தவன் ஒருவனை வாசித்தல் என்பது ஒருபோதும் இலக்கிய உலகில் நடக்காத ஒன்று. முந்தைய தலைமுறை எழுத்தாளனை வாசிக்கிறேன் என ஒருவன் சொன்னால், இதையெல்லாம் இப்பத்தான் வாசிக்கறயா... நானெல்லாம் ஏழாம் வகுப்புலயே தல்ஸ்தாய், தஸ்தவஸ்கி எல்லாம் முடிச்சு மார்குவேஸ் முதுகுல ஏறினவண்டா என்கிற ரீதியில் பார்ப்பார்கள். கௌரவக் குறைச்சல். ஸோ, எதை வாசித்தாலும் மறுவாசிப்புதான். வாரமலர்கூட.

ஸ்னாப்சிஸாய நமஹ!

எந்த ஒரு எழுத்தாளனையும் அவனது படைப்புகளைப் படித்துத்தான் அபிப்ராயம் உருவாக்கிக்கொள்ள வேண்டுமென்பது நிலப்பிரபுத்துவ மனோபாவம். நியூயார்க்கர் உள்ளிட்ட இலக்கியப் பத்திரிகைகளின் இணையப் பக்கங்கள் எதற்காக உள்ளன. அலிஸ் மன்றோவின் 90 சிறுகதைகளையும் படித்துத்தான் அபிப்ராயம் உருவாக்கிக்கொண்டு கருத்துச்சொல்ல வேண்டுமென்றால், இதெல்லாம் நடக்கிற காரியமா 'தி கனெடியனில்' டிம் பார்க்கஸ் என்ன சொல்லியிருக்கிறார் என்பதை எட்டிப்பார்த்துவிட்டு நம்மூர் அ.முத்துலிங்கமோ அல்லது சச்சிதானந்தனோ என்ன எழுதியிருக்கிறார்கள் என்பதைப் படித்துப் பார்த்தால் போதாதா?

போதாமைகள்

ரியாலிட்டி நிகழ்ச்சிகளில் போட்டியாளர்கள் பாடி முடித்ததும் நடுவர்கள் சொல்லும் கமெண்டுகளைப் பார்த்து வியந்துபோயிருப்பீர்கள். ஒவ்வொருவர் பாடி முடித்ததும் ஒவ்வொரு விதமான கமெண்டுகள் வரும். புதுப்புது கண்டுபிடிப்புகள். புதிய புதிய சொற்கள். இசைத்துறையில் இத்தனை ஆயிரம் கலைச்சொற்களா என வியந்திருப்பீர்கள். அதைவிட லட்சகணக்கான கலைச்சொற்கள் தமிழிலக்கியத்தில் உண்டு. கலைச்சொல் தொழிற்சாலை.

அதில் முக்கியமானது போதாமை. இவ்வார்த்தையை முதன் முதலில் உபயோகப்படுத்தினவன் எவன் என பல மூத்த எழுத்தாளர்கள் கடும் தேடலில் ஈடுபட்டுள்ளார்கள். எதை வாசித்தாலும் இதுல சில போதாமைகள் இருக்கு என அறிவித்துவிடுவதே அறிவார்ந்த செயல். சமீபத்தில் ஒரு தோழர் சூழலியல் எழுத்தாளரின் புதிய நூலை வாசித்துவிட்டு இதை என்னிடம் சொன்னபோது, "அது தெரியல ஆனா கடல் ஆமைகள் இதுல நிறைய்ய இருக்கு" என்றேன்.

மேலும் சில

குமுதத்தையோ குங்குமத்தையோ கடையில் வாங்குவதென்றால் ஆணுறை வாங்குவதைவிட சங்கோஜப்படுவார்கள்; வாசிப்பது சுஜாதாவையோ அல்லது பாலகுமாரனையோ என்றால் மறக்காமல் அட்டை போட்டுத்தான் புத்தகத்தை கையில் எடுத்துச் செல்வார்கள். இரவல் கொடுத்த புத்தகத்தை திருப்பிக் கேட்கமாட்டார்கள்; வாங்கியதை திருப்பிக் கொடுக்கவும் மாட்டார்கள். “நீங்க இன்னும் கொஞ்சம் கவனமா வாசிக்கணும் தோழர்” எனும் அறிவுரையை சலிக்காமல் சொல்வார்கள். வெறும் யதார்த்தம் தோழர், வெறும் மூர்க்கமான வடிவ இறுக்கம் தோழர், கற்பனையின் ரொமாண்டிஸம் மட்டும்தான் உள்ளது தோழர், லைஃபே இல்லையே தோழர், லேண்ட் கண்ணுல எழும்பலையே தோழர், லைஃபை எழுதறவன் சாதாரண ரைட்டர் தோழர், வெளிநாட்டு சாமான் போல இருக்கு தோழர், இதெல்லாம் நம்பற மாதிரியே இல்லையே தோழர் என நீங்கள் என்ன எழுதிகொண்டு வந்து காட்டினாலும் சொல்வார்கள்.

ஹரி ஓம் ஆங்கிலம் அறிவோம்

பிரபலமான கல்லூரி. அதன் பிரின்ஸிபால் மாணவர்களின் நலனில் அக்கறை மிக்கவர். தர மேம்பாட்டிற்காக துடிப்பாக செயல்படுபவர். பெரும்பாலான மாணவர்களுக்கு ஆங்கிலத்தில் உரையாடுவது சிரமமாக இருப்பதைக் கண்டறிந்து அதனை களைய பெருமுயற்சிகள் எடுத்துக்கொண்டார். ஆங்கிலம் கற்றுக்கொள்ள உதவும் நூல்கள், சிடிக்கள், சிறப்பு வகுப்புகள், கணிணி வசதி கொண்ட கம்யூனிகேஷன் லேப், வகுப்பில் ஆங்கிலத்தில் மட்டுமே உரையாட வேண்டும் எனும் கெடுபிடிகள், ஆங்கில நாளிதழ்களை வாசிக்கச் செய்வது – எதுவும் சரிப்பட்டு வரவில்லை. இறுதியாக, திருச்சியில் ஹரி ஓம் என்பவர் பத்தே தினங்களில் ஆங்கிலம் பேச வைக்கிறார். ஆனால், கட்டணம் மிக அதிகம் என்றார்கள். பலத்த யோசனைக்குப் பின் பிரின்ஸிபால் திருச்சிக்காரரை தொடர்பு கொண்டார்.

அவரோ மொத்த தொகைக்கு ஒப்புக்கொள்ள முடியாது. ஒரு மாணவருக்கு தலா ரூ.10,000/– என்றளவில் செலுத்த வேண்டும். மொத்த தொகையும் செலுத்திய பிறகே தேதி வழங்கப்படும். மேலும், தனித்தனி வகுப்புகள் எடுக்கப்படமாட்டாது. அத்தனை மாணவர்களையும் ஓரே இடத்தில் அமரச்செய்துதான் வகுப்புகள் எடுக்க முடியும் என்றெல்லாம் கறாராகச் சொல்லிவிட்டார். ரொம்ப யோசனைக்குப் பிறகு வேறு வழியில்லாமல் பிரின்ஸிபால் ஒத்துக்கொண்டார்.

கல்லூரி ஆடிட்டோரியம் அளவில் சிறியது. தவிர, வேறு டிபார்ட்மெண்ட்டுகள் மற்றும் பொது நிகழ்வுகளுக்காக ஏற்கனவே புக் ஆகியிருந்தது. எனவே, புறநகரில் புதியதாக

கட்டியுள்ள கல்யாண மண்டபமொன்றில் வகுப்புகள் எடுக்க முடிவானது. மதியச் சாப்பாட்டிற்கு மட்டும் நகருக்குள் வந்து திரும்பவேண்டுமானால் கால விரயமென பத்து நாட்களுக்கும் அங்கேயே மதிய உணவு தயாரிக்க ஏற்பாடானது. எட்டு மணிநேர வகுப்பில் மாணவர்கள் அயற்சி போக்க காலை பதினொரு மணிக்கு சுக்குமல்லி காபியும், மதியம் மூன்று மணிக்கு இஞ்சி டீயும் பிஸ்கட்டுகளும் வழங்க முடிவு எடுக்கப்பட்டது.

வகுப்புகள் துவங்கின. மாணவர்கள் ஆர்வமுடன் கலந்து கொண்டனர். பயிற்சியாளர் உற்சாகமாகச் சொல்லிக்கொடுத்தார். வறண்ட பாணியல்ல அவருடையது. எதையும் நகைச்சுவை கலந்து சொல்லிக்கொடுப்பவர். தன் பணிகளுக்கிடையே பிரின்ஸிபாலும் அவ்வப்போது வந்து மாணவர்களின் 'இண்ட்ராக்ஷனை' பரிசோதித்துக்கொண்டார். அவருக்கு திருப்தியாக இருந்தது. பயிற்சி முடியும் பத்தாவது தினத்தில் ஒரு நிறைவு விழா நடத்தவும் ஆசை கொண்டார்.

கல்லூரி தாளாளர் முன்னிலை வகிக்க, மாவட்ட ஆட்சியர் தலைமை வகிக்க... பயிற்சியாளருக்கு பாராட்டுகளும், நினைவுப்பரிசும் வழங்கப்பட்டது. பத்து நாள் பயிற்சி முகாமின் அனுபவங்களை மாணவர்களில் ஒருவர் பகிர்ந்துகொண்டால் நன்றாக இருக்குமென பிரின்ஸிபால் நினைத்து, முன்வரிசையில் அமர்ந்திருந்த மாணவன் ஒருவனை மேடைக்கு வரும்படி பணித்தார்.

மைக்கை சரிசெய்து... குரலைச் செருமிக்கொண்டு அந்த மாணவர் "நண்பர்களே..." எனத் தமிழில் துவங்கினார் தனது கன்னிப்பேச்சை...

ட்வீட்டரில் பி. மாசானமுத்து

தன் படைப்புகளுக்கும் வாசகர்களுக்குமான இடைவெளியைக் குறைக்கும் பொருட்டு பி. மாசானமுத்து இடைக்காலத்தில் சிறிது நாட்கள் ட்வீட்டரில் அவதரித்தார். அங்கு அவர் சிந்திய முத்துக்கள் வாசகர்களுக்காக இங்கே தொகுக்கப்பட்டுள்ளது – கவிஞர் தாட்சாயிணி

ஆம் ஆத்மி சின்னம் பிஞ்சி விடும் என்றாளே கம் வித் மீ என்றமைக்கு #இதான ஓய் வெண்பாம்?!

உயிருடன் அந்தத் தவளையை விழுங்கி விடு என்கிறார் மார்க் ட்வைன். பிரையன் டிரேசி எப்படி முழுங்க வேண்டுமென்று புத்தகமே எழுதியுள்ளார். ஐயா, என் மேஜை மீதிருப்பது தவளையல்ல. முதலை.

தோழர், நீங்கள் ஜல்லிக்கட்டை ஆதரிக்கலாம் அல்லது எதிர்க்கலாம். அதற்கு முன் ஒரெயொரு முறை யூ ட்யூபிலாவது ஜல்லிக்கட்டை பார்த்துவிடுங்கள். ப்ளீஸ்!

ஒரு வணிக இதழின் உதவி ஆசிரியர் அழைத்து ப. சிங்காரத்தின் எண்கள் கிடைக்குமாவென கேட்கிறார். டேய் என்னைய விட்ருங்கடா... நான் சிலேவுக்கே ஓடிப்போயிடறேன்.

எந்த வடிவத்தில் இருந்தாலும் சித்திரவதை குற்றமே என சர்வதேச சித்திரவதை எதிர்ப்பு தின போஸ்டர்கள் கோவை முழுக்க ஒட்டப்பட்டுள்ளன; நவீன கவிஞர்களே, உங்கள் நிலைப்பாடு என்ன?!

ஏதோ சிந்தனைக் குழப்பத்தில் மருமகன் எண்களுக்குப் பதிலாக

மணிரத்னம் எண்களை அழைத்துவிட்டேன். நல்லவேளை வழக்கம் போல அவர் எடுக்கவில்லை.

முறுக்கை எண்ணெயில்தானே பொரித்தெடுக்கிறார்கள்; பிறகேன், முறுக்கு 'சுடுகிறேன்' என்கிறார்கள்?!

பெரும்பாலான நாடோடிக் கதைகளை கம்போடியா என்பவர்தான் எழுதியிருக்கிறார்.

ஏன் இன்னமும் கோணங்கியின் படைப்புகள் தமிழில் மொழிபெயர்க்கப்படாமல் இருக்கின்றன?!

நான் பிஸ்கட்டும்,முறுக்கும் போட்டு போஷித்த கருவாயனை நேற்று சின்மயா நகரில் ஒரு செவளையோடு பார்த்தேன்; வீட்டோடு நாயா போயிட்டான் போல.

எனது பாடலை நதியில் இறக்கி விட்டேன்... அது உன் காலடியை வந்தடையட்டும்னு கவிஞி நாணம்மைக்கு இன்பாக்ஸ் செய்தால், நதியை மாசுபடுத்தாதே என ரிப்ளை செய்கிறாள். என்ன திமிர்?

நீர்ப்பறவையில் லூர்து சாமி, அருளப்ப சாமியென பல சாமிக்கள் வருகிறார்கள். அரங்கசாமியும் வந்திருந்தால், முழுமையான கலைப்படைப்பு ஆகியிருக்கும்.

நண்பர்களே... நெய் மீன் என்பது அசல் நெய்யினால் செய்யப்பட்ட ஒன்றல்ல என்பதை நீங்கள் இன்றாவது தெரிந்துகொள்ள வேண்டும்...

அகார்கர், சஞ்ஜெய் பாங்கர், ஜோஹிந்தர், அசோக் டிண்டா – ஒரே பவுலருக்கு எதற்கு நான்கு பெயர்கள்...?!

இன்று ஒருவர் தன்னை 'நேரலை நாராயணன்' என அறிமுகப்படுத்திக்கொண்டார்; எல்லா தொலைக்காட்சி விவாதத்திற்கும் போன் செய்பவராம்!

பாகிஸ்தானில் பவுலர்களை மூக்கைப் பார்த்துதான் தேர்ந்தெடுப்பார்கள்.

ஓவ்... மைனியாரே... பழைய பாலுலயா காபி போட்டுத் தாரீய... ஏதோ இலக்கிய நுண்ணுணர்வு இருக்கிறதால கண்டுபிடிக்க முடியுது.

கிரிக்கெட், டென்னிஸ் –புகுந்து கலக்குவது போல பெண்கள் ஜல்லிக்கட்டிலும் கலந்துகொண்டு தாங்கள் சளைத்தவர்கள் அல்ல என்பதை நிரூபிக்கும்படி...

கோஸாம்பி வேறு கோளாம்பி வேறு என்பதை தயவுசெய்து புரிந்துகொள்ளுங்கள் நண்பர்களே...

முட்டாப் பயல்களே என விளிக்கும் போது என்னையா கூப்பிட்டீங்க சார்னு... மூவாயிரம் பேர் ஓடி வருகையில் இந்த ஜெயமோகனை அசைக்க முடியாது.

கவிதை எழுதிய வண்ணதாசனின் wall–ல் லைக் பண்ணாமல், ஷேர் செய்த வனிதாவின் wall–ல் லைக் பண்ணுறான் பாரு... அவன்தான் அசலான கவிதை உபாசகன்.

விக்கெட்டைப் பறிகொடுத்தார் என்று எழுதுவதற்குப் பதிலாக அன்பளித்தார் என்று எழுதினால் எவ்வளவு நன்றாக இருக்கிறது.

புத்தகத் திருவிழாவில் நான் வாங்கிய ஒரு கவிதைத் தொகுப்பின் பெயர் "ஏன் என்னைக் கொல்கிறீர்கள்?" நேர்மையான தலைப்பை பாராட்டுகிறேன்.

மாரி செல்வராஜ், ராஜூ முருகன், கோபிநாத்திடமெல்லாம் நிச்சயம் தீபாவளியைப் பற்றிய துயர்மிகு சம்பவங்கள் பத்து வருடத்திற்கு ஸ்டாக் இருக்கும்.

ராஜ் டிஜிட்டல் பிளஸ் என்பதில் அவர்கள் டிஜிட்டல் என உத்தேசிப்பது எதை?

பணி முடிந்து வீடு திரும்புபவர்கள் சாலையில் காட்டும் வேகத்தைப் பார்த்தால் வீட்டில் மனைவி இருக்கிறார்களா என்பதே சந்தேகமாக இருக்கிறது.

எனக்கு நண்பனாய் இருக்க தகுதி தேவையில்லை; எதிரியாய் இருக்கவும் தகுதி தேவையில்லை. அவனவன் காசில் குடிக்கிறவனாய் இருந்தால் போதும்.

அப்போ 'லைஃப் ஆஃப் பை' என்பது கேக் சம்பந்தப்பட்ட படம் இல்லையா...?!

ஹவுஸ் ஓனரின் டார்ச்சர் தாங்காமல் அவரை கொலை செய்த சம்பவங்கள் தமிழகத்தில் நடந்துள்ளனவா?!

என்னுடைய நாவலின் ஆங்கில மொழிபெயர்ப்பு வெளியாகவுள்ளது. பெட்டிக்கடை என்பதை பொட்டீக் ஷாப் என பெயர்த்திருக்கிறார். குளோபல் ரைட்டிங்லா.

சிலர் யோ யோ ஹனிசிங்கின் மண்டை ஹோசிராப்பூர் மேப் எனத் தவறாக நினைத்துக்கொள்கிறார்கள். அது ஒரு ஸ்டைல்.

அவ்வளவுதான்.

இன்று மேட்ச் எதுவும் இல்லை. ஹைலைட்ஸ் பார்த்து ட்வீட்டுகிறேன்.

இன்று போனில் அழைத்த கீச்சர் அறிவழகன் என்று தன்னை அறிமுகப்படுத்தினார். ஒன்றும் பிடி கிடைக்கவில்லை. ஓதப்புடுக்கனின் இயற்பெயராம். கண்றாவி.

சிஎஸ்கேவின் வர்ணனைகளைப் பார்க்கும்போது மதுமிதா என்பவர் ஓபரா வின்ப்ரே போல இருப்பாரென நினைக்கிறேன்.

பட்டப்பகல் வேளையில் அழைத்து 'ஃப்ரீயா இருக்கீங்களா சார்' என உரையாடலைத் துவக்கும் பக்கிகளே... செய்வதற்கு ஒன்றுமில்லாத நாளே என் வாழ்வில் இருந்ததில்லை. ட்வீட்டிக்கொண்டு இருந்திருப்பேன்.

நாஞ்சில் நாடன் நாவல் எழுத உட்காரும்போது ரெயில்வே டைம் டேபிள், பஸ் டிக்கெட்டுக்கள், ஹோட்டல் பில்களை எழுத்து மேஜையில் எடுத்துவைத்துக்கொள்வாரென அவதானிக்கிறேன்.

'என் தங்கம் என் உரிமை' விளம்பரம் லட்சியவாத வகைமைக்குள் வருமாவென ஜெயனிடம் கேட்டுத் தெளிவுபடுத்திக்கொள்ள வேண்டும்.

தினமலரில் டவுட் தனபாலு எழுதுவது மனுஷ்யபுத்திரனா என்று ஒரு வாசகன் கேட்கிறான். கிருத்தாளம் புடிச்ச பயலுக.

அபிலாஷ் கிரிக்கெட் பற்றி என்னமா எழுதுகிறார்?! அவருக்கு மட்டும் கிரிக்கெட் பற்றி ஏதாவது தெரிந்திருந்தால், இன்னும் எப்படியெல்லாம் எழுதுவாரோ?!

தமிழக பள்ளிகளில் சொல்லித்தரப்படும் பெரும்பாலான உடற்ப யிற்சிகள் 'அந்தி வரும் நேரம்...' பாடலில் இருந்து எடுக்கப்பட்டவை.

என்னோடு உரையாடிய பெண்கள் சாட்டினை வெளியிட்டால்தான் நான் எத்தனை கிரியேட்டிவானவன் என்பது தெரியவரும்.

நான் எதையேனும் நேரம் ஒதுக்கி வாசித்துவிட்டால், அதற்கு ஓர் இலக்கிய அந்தஸ்து வந்து ஒட்டிக்கொண்டுவிடும்.

ஒரு 'மேண்டில்' உடைபடும்போது ஓர் அறிவாளி உருவாகிறான்!

எதிரிகூட உங்களைக் கண்டால் புன்னகைக்க பென்சில் மீசை வைத்துக்கொள்ளுங்கள்.

அதிகமாக லிங்க் கொடுப்பவர்களை 'லிங்கரர்கள்' என்றழைக்கலா மென்றிருக்கிறேன் #தமிழ்க்கொடை 56

இரண்டு மணிநேரமாக சொக்கனின் ட்வீட் எதும் வரவில்லை. வேலை ஏதும் செய்கிறாரோ என்று பயமாக இருக்கிறது.

50 கிராம் கோல்கேட் மீது புல்டோசரையே ஏற்றினாலும் அதிலிருந்து 100 கிராம் பேஸ்ட் எடுக்க முடியாதென்பதை நாணம்மைக்கு எப்படி புரியவைப்பது.

நண்பர் ஒரு கனரக வாகனம் வாங்கியிருக்கிறார். பெயர் 'இன்னோவா'வாம்.

ரொம்பவும் அயோக்கியனை அய்யோக்கியன் என்றெழுதலாம் #தமிழ்க்கொடை 57

தானே வளரும் பிரண்டை போன்ற தாவரங்களை 'தன்செய்' என அழைக்கலாம் #தமிழ்க்கொடை 58

எந்த கோர்ஸுக்கு நல்ல எதிர்காலம் என்று சந்தேகம் கேட்ட என் காதலியிடம் கவிஞர் ஓதப்புடுக்கன் இண்டர்கோர்ஸுக்கு எனச் சொன்னதைக் கண்டிக்கிறேன்.

அலெக்ஸாண்டர் சொன்னாரென்று 1000 கணக்கில் எஸ்ஸெம்மெஸ் வருகிறது. அவர் போட்டது வாள்ச்சண்டையா? வாய்ச்சண்டையா?

உங்கள் தேசிய கீதத்தை எழுதியவர் யாரென்றேன் கிரா டேலியிடம். சம் ஆஸ்கோல்ஸ் என்றாள். அவரை ஏற்கனவே படித்திருக்கிறேன் என்கிறார் எழுத்தாள நண்பர்.

என் நினைவின் ஊற்றுக்கண்களில் நீயே கசிகிறாய். சாந்து வச்சி அடைக்கனும்.

வழக்கமாக ஆன்மாவைக் கரைத்துத்தான் எழுதுவேன். கரைக்க தோசை மாவைத் தவிர வீட்டில் ஒன்றுமில்லாததால் எழுதவில்லை.

உன் அழகைப் பாட மொழிக்கு திராணி இல்லை. எனக்கும்.

வா சனியனே / காத்திருக்க நேரமில்லை #காதல்கவிதை

எஸ். ராமகிருஷ்ணன் மீது கொண்ட பக்தியின் காரணமாகவே பவுண்ட் எனும் ஆங்கிலக்கவி தன் பெயரை எஸ்ரா பவுண்ட் என மாற்றிக்கொண்டார் #ஆசிறியகுறிப்பு

புத்தர் எதிரில் வந்தார்; கிட்டப்போய் உற்றுப் பார்த்தால்... அட நம்ம மதுமிதா! டோப்பா இல்லாமல் வந்துவிட்டாராம்.

பேதீல போவான், சொறி நாய், செனக்கூவை, வாரியக்கொண்டை, வெங்கன், தருமக்கொள்ளி, எச்சக்கலை ஆகிய பெயர்களில் ட்வீட்டுவது நான் இல்லை. கையெழுத்தைப் பார்த்தாலே தெரியும்.

வெள்ளிப்பனித்தலையர் என்பவர் பார்க்க நாஞ்சில் நாடன் போல இருப்பாரென நினைக்கிறேன்.

மனம் கொத்தி பறவை ஹீரோயின் சிவகார்த்திக்கேயனுக்கு அக்கா மாதிரி இருக்கிறார். எனக்குப் பொருத்தமாக இருப்பார்.

இளமையாகவும், அழகியாகவும் இருக்கிறவர்களை 'இழகி' என்றெழுதலாம் #மொழிக்கொடை 59

நான் ஆன்மாவை எரித்து எழுதுபவனாக்கும். மெழுகுத்திரி தட்டுப்பாடு.

நாட்குறிப்புகளிலிருந்து

திருவனந்தபுரம் திரைப்பட விழாவில் ஆசானுடன் அமர்ந்து ROMA பார்த்துக் கொண்டிருந்தேன். சேடிப் பெண் ஒருத்தியுடன் கடும் புரட்சியில் ஈடுபட்டு கர்ப்பிணியாக்குகிறான் ஒருவன். "மூதி நீ அப்பா ஆவப்போறலே" என சொன்ன மறுநொடியில் போக்காலன் சிட்டையை நீட்டிவிடுகிறான். அவன் ஒரு புரட்சியாளன். கிளர்ச்சி யின்றி புரட்சி ஏது?

மாரீசன் ஆயுதப் பயிற்சி எடுக்கும் கிராமத்திற்கு அவனைத் தேடி வயிற்றைத் தள்ளிக்கொண்டு வருகிறாள் நாயகி. குண்டும் குழியும் சேறும் சகதியுமான தெருக்கள். மழைநீர் தேங்கி நாறி நாற்றம் குழைந்து கிடக்கும் சாலைகள். நான் ஆசானைச் சீண்டும் நோக்கில் "பார்க்க நாரோயில் மாதில்லா இருக்கு" என்றேன். அவர் கணமும் தாமதிக்காமல் "ஆமாமா... பின்னே சாத்தான்குளம்னா மழையே வந்திருக்காதே"

~

திருநெல்வேலி – கோவில்பட்டி பேருந்தில் இருக்கிறேன். ஒரு குப்பி கேஸு கண்டக்டரிடம் பத்து ரூபாயை நீட்டி "ஒரு பென்சன் கொடு" என சலம்புகிறது. சாராய தாராளமயமாக்கலுக்குப் பின் நடத்துனர்களுக்கு ஆறு மணிக்கு மேல் ஜன்னியே வந்துவிடுகிறது. "பென்சன் எடுக்கனும்னா வி.ஏ.ஓ. லெட்டர் வச்சிருக்கியா" என தந்திரமாக மடைமாற்றி குடிதீரரை அமரச் செய்தார் நடத்துனர். என் கவலையெல்லாம் அர்த்த ராத்திரியில் தூக்கக் கலக்கத்துடனும் பதட்டத்துடனும் கதவைத் திறந்து அலங்க மலங்க விழிக்கப்போகும் வி.ஏ.ஓ.வை நினைத்துதான்.

~

விஞ்ஞானம் இவ்வளவு வளர்ந்த பின்னும் கட்–அவுட்டில் ஏறித்தான் பால் ஊற்ற வேண்டுமா? கட்–அவுட் வைக்கும்போதே பின்பக்கம் சிறிய மோட்டார் வைத்து சதா சர்வகாலமும் பால் பவுண்டெய்ன் போல பொங்கி வழியச் செய்ய முடியாதா? கீழிருந்தபடியே ரிமோட்டில் பட்டனை அமுக்கினால் பாலுக்குப் பதிலாக பீர், தேன், இளநீர், கோக்கோ கோலா, கோமியம் என மாற்ற முடியாதா?

~

நாஞ்சிலுக்கு விருது எனும் செய்தியை முதலில் ஜெயன்தான் போனில் சொன்னார். "போங்க சார்... நான் பேப்பர்ல வந்தாதான் நம்புவேன். நாளைக்கு காலைல திடீர்னு 'கூடுவாஞ்சேரி கோ யிந்தனுக்குன்னு' சொன்னாலும் சொல்லிடுவாய்ங்க சார்..." என்றேன்.

"நீங்களாவது பரவாயில்லை... நாஞ்சில் செக் வந்தாதான் நம்புவேன்னுட்டாரு..."

~

சாஹித்யம் வென்ற நாஞ்சிலுக்கு கோவையில் ஒரு பாராட்டு விழா நடந்தது. ஒன்பதாம் வகுப்பு மாணவி ஒருத்தி "புலவர் நாஞ்சில்நாடன் இன்னும் பல பாடல்கள் படைத்து விடுதலை நெருப்பை அணையாமல் காக்கவேண்டும்" என்று முழங்கினார். எய்த தமிழாசிரியை இருக்க அம்புச் சிறுமியை மன்னிக்கலாம்தான். ஆனால், அடுத்துப் பேசிய ஒரு கொடியோன் நாஞ்சில் நாடனைத் தமிழ் இலக்கிய உலகிற்கு முதன் முறையாக அறிமுகப்படுத்துவது போலப் பேசினார். தான் ஏற்கனவே வாரமலரிலும், குடும்ப மலரிலும் படித்துச் சுவைத்த சிறுகதைகளோடு ஒப்பிட்டு நாஞ்சிலார் இன்னும் கடுமையாக உழைத்து இலக்கியத்தில் அடைய வேண்டிய இடங்களைச் சுட்டிக்காட்டினார். சுடுமணற் புழுவெனத் துடித்துப் போயினர் பார்வையாளர்கள். கேண்டி செல்போனை எடுத்து வீசட்டுமாவென கேட்டுக்கொண்டே இருந்தாள். பேச்சாளர் அடுத்து நாஞ்சில் படிக்க வேண்டிய நூல்கள், தெரிந்துகொள்ள வேண்டிய எழுத்தாளர்களுக்குத் தாண்டினார். உள்ளூர்ப் பிரமுகர்களில் சிலர் விழா ஏற்பாட்டாளரிடம் "இது பாராட்டு விழாதானே...?!" என்கிற நியாயமான ஐயத்தை நிவர்த்தி செய்துகொண்டனர். இதற்கு மேல் உட்கார்ந்திருந்தால் நாஞ்சிலுக்கு நிகழும் அவமானத்தைக் கண்டு நான் வாளாவிருந்தேனென வரலாறு நிந்திக்குமென்பதால்

கிளம்ப முடிவெடுத்து பக்கத்திலிருந்தவரிடம் "பேச்சாளர் யாருங்க?" என்றேன். "தமிழ்த்துறைத் தலைவர்"

~

ரயிலில் பயணித்துக்கொண்டிருந்தேன். எனது கம்பார்ட்மெண்டில் கணிசமான பெண்கள். பக்கவாட்டு பர்த்தில் படுத்திருந்தவர் உற்சாகமாக விசிலில் பாடல்களை உருவாக்க முனைந்து கொண்டிருந்தார். உறங்கும் நேரம் நெருங்கியும் சேட்டை குறைகிற மாதிரி தெரியவில்லை. திடீரென நான் சத்தமாக "கிருஷ்ணா வந்தாச்சி..." என்றேன். கொல்லென சிரித்தது ரயில். அதன்பிறகு அவர் விசிலடிக்கவில்லை.

~

கோவை செல்ல செண்ட்ரல் வந்தோம். பத்தாவது பிளாட்பாரத்தில் சேரன் நின்று கொண்டிருந்தது. ஒன்பதாவது பிளாட்பாரத்தில் நிஜாமூதின் நகர்ந்துகொண்டிருந்தது. உடன்வந்த மருமகன் "மாமா... அந்த டிரெயின்தான் முதல்ல போகுது... வா ஓடிப்போய் ஏறிக்கலாம்..."

~

821 மார்க்குகள் வாங்கி அண்ணா யூனிவர்சிட்டி கவுன்சிலிங் ஹால் வாசலில் தேவுடு காத்துக்கொண்டிருக்கும்போது மருமகன் சொன்னான், "இந்தக் காலேஜ்கூட பரவால்ல மாதிரிதான் இருக்கு... வேணும்னா இங்கயேகூட படிச்சிக்கிறேன். ஒண்ணும் பிரச்சனையில்ல"

~

ஈரட்டியில் நள்ளிரவு. பகலெல்லாம் பேசிக் களைத்த ஜெயமோகன் தலையை ஒரு வேட்டியால் சுற்றிக்கொண்டு என்னருகே படுத்திருந்தார். உறக்கத்திற்குள் ஆழ்ந்த அடுத்த நொடி அறைக்குள் நுழைந்த கிருஷ்ணன், "சார் வெளியே வந்து நட்சத்திரங்களைப் பாருங்க... வெரி பினாமினன்".

"நான் நிறைய தடவை நட்சத்திரங்களைப் பார்த்திருக்கிறேன் கிருஷ்ணன்"

"சார் இது ரொம்ப பினாமினன் சார். கருப்பு வானத்தில ஒவ்வொனும் ப்ளிங்குது சார்"

"புதுசா பார்க்கிறவங்களுக்கு அப்படித்தான் இருக்கும்"

“சார் மிஸ் பண்ணிட்டீங்கன்னா அப்புறம் வருத்தப்படுவீங்க சார்...”

வெறியுடன் எழுந்த ஜெயமோகன் சொன்னார் “வரவர அருண்மொழி தொந்தரவை விட இவன் தொல்லை பெருசா இருக்கு”

~

அடர்த்தியான நெரிசலோடு நகர்ந்துகொண்டிருந்தன வாகனங்கள். வழக்கம்போல பத்துப் பைசாவிற்குப் பிரயோசனமில்லா தவற்றைப் பற்றி யோசித்துக்கொண்டே என் ஈருளியைச் செலுத்திக் கொண்டிருந்தேன். திரும்ப வேண்டிய வளைவில் திடீரென சைகை ஏதும் செய்யாமல் திரும்பிவிட்டேன். பின்னிருக்கையில் புதுமனைவியை இருத்தி பின்னால் வந்துகொண்டிருந்த என் வழித்தோன்றல் நிலை தடுமாறி விழப்போய், சமாளித்து “லூஸாடா நீ...!” என்றான் ஆத்திரத்துடன்.

“எப்படித் தெரியும்” என்றேன் ஆச்சர்யத்துடன். அவன் மனைவி பைக்கில் இருந்து இறங்கி விழுந்து விழுந்து சிரித்தாள்.

~

இன்று வள்ளுவர் கோட்டத்திற்கு எதிரே இருந்த பேருந்து நிறுத்தத்தில் காத்திருந்தேன். தற்செயலாக ரமேஷ் வைத்யா அங்கு வந்தார். மிதமான போதை. பேசிக்கொண்டே நடந்தோம். ஒரு தெருநாய் வாலை ஆட்டிக்கொண்டே பின்தொடர்ந்தது. “இந்த நாய் ரொம்ப மகிழ்ச்சியா இருக்கு” என்றார் ரமேஷ். “அதுக்கென்ன மகிழ்ச்சி” என்றேன்.

“இந்த உலகத்துலயே பெரிய எலும்புத்துண்டு எனக்குத்தான் கிடைச்சிருக்குன்னு”

~

நாஞ்சிலும் நானும் காபி குடிக்க ஹோட்டலுக்குச் சென்றோம். காபி தம்ளரில் கால் இஞ்சுக்கு கரையாத சீனி.

நாஞ்சில், “கட்டி கொடுத்துருங்க... வீட்டுக்கு எடுத்துட்டுப் போறேன்”

~

ஓரே வளாகத்தில் எஞ்சீனியரிங்கும், கேட்டரிங்கும் இருக்கும் ஜேடிசி கல்லூரியில் பணியாற்றும் தனித்தமிழ் இன்பராஜை சந்திக்கச்

சென்றிருந்தேன். அவர் சொன்ன இடத்தில் காத்திருந்தும் ஆளைக் காணவில்லை. போனில் அழைத்தேன் "ஐய்யா தாங்கள் நிற்பது பொறியியல் அறிவியல் கல்லூரி வாசலில்... நான் வரச்சொன்னது பொரியல் அவியல் கல்லூரிக்கு...!"

~

இன்று க. சீ. சிவக்குமார் அழைத்திருந்தார்.

"தம்பி ஊட்டி, கொடைக்கானல் ரெண்டு மலையிலும் தற்கொலைப் பாறைகள் இருக்கிறது. அதில் இப்படி எழுதி வைக்கலாம்னு ஆசைப்படறேன்."

"என்னன்னு"

"குதிப்போர்க்கு வல்வினைபோம்; துன்பம்போம்"

~

விஷ்ணுபுரம் விழா இன்னும் சிறிது நேரத்தில் துவங்க வேண்டும். மீனாம்பிகை முக்கியமான ஒன்றை எடுத்துவர மறந்துவிட்டாள். எழுத்தாளருக்குக் கொடுக்கவேண்டிய ஷீல்டு. மண்டபத்திலிருந்து கிளம்பி தங்கும் விடுதிக்கு பைக்கில் பறந்தோம். மீனா ஓட்ட நான் பின் சீட்டில். என்னிடம் பதட்டமாக திரும்பித்திரும்பி பேசியபடியே வண்டி ஓட்டினாள். முன்னால் சென்று கொண்டிருந்த ஒரு 500 சிசி பைக் திடீரென ஸ்லோவானது. மீனாம்பிகை சாத்திவிட்டாள்.

அவன் திரும்பி முறைக்க. மீனாவின் தோள் வழியாக எட்டிப்பார்த்து "நான் உன்னை மன்னிச்சுட்டேன்... நீ கிளம்பலாம்" என்றேன். அவன் புரண்டு சிரிக்க நாங்கள் 'எஸ்'ஸானோம்.

~

செல்வேந்திரன்

22-08-1982-ல் தூத்துக்குடி மாவட்டத்திலுள்ள சாத்தான் குளத்தில் பிறந்தார். குடும்பச் சூழலால் பள்ளிப் படிப்பு பாதியில் தடைபட்டது. அப்பா நடத்திய தீப்பெட்டி ஆபீஸ்ஸில் வேலை பார்த்தார். தொலைதூர கல்வித் திட்டத்தில் அரசியல் அறிவியலில் தேர்ச்சி பெற்றார். 2004 முதல் 2008 வரை *ஆனந்த விகடன்* குழுமத்தின் சர்க்குலேசன் பிரிவில் பணியாற்றினார். 2009-லிருந்து *தி ஹிண்டு* குழுமத்தின் விற்பனை மற்றும் வினியோகப் பிரிவில் பணி.

தமிழில் வலைப்பூ எழுத்து ஓர் அலையாகக் கிளம்பியபோது தீவிரமாக இயங்கியவர்களுள் இவரும் ஒருவர். ஆனந்த விகடனில் இவர் எழுதிய '*முடியலத்துவம்*' தொடர் பெருவாரியான வாசகர்களின் கவனத்தை ஈர்த்தது. தொடர்ந்து தமிழின் முன்னணி அச்சு ஊடகங்களில் கட்டுரைகள், கதைகள் எழுதி வருகிறார். வாசிப்பின் அவசியம், தற்காலத் தமிழிலக்கியம் குறித்து மாணவர்கள் மத்தியில் உரையாற்றி வருகிறார்.

முடியலத்துவம், பாலை நிலப் பயணம், வாசிப்பது எப்படி?, நகுமோ லேய் பயலே, உறைப்புளி ஆகிய நூல்களை எழுதியுள்ளார். *வாசிப்பது எப்படி நூல்* ஆங்கிலத்தில் 'How to Read?' எனும் பெயரில் மொழிபெயர்க்கப்பட்டுள்ளது.

மனைவி திருக்குறளரசி. மகள்கள் இளவெயினி, இளம்பிறையுடன் கோவையில் வசித்து வருகிறார்.

www.ingramcontent.com/pod-product-compliance
Ingram Content Group UK Ltd.
Pitfield, Milton Keynes, MK11 3LW, UK
UKHW041843200726
13854UKWH00005BA/2040

9 789388 860895